# ஆர்த்திக்கு முகம் சிவந்தது

# ஆர்த்திக்கு முகம் சிவந்தது

வாஸந்தி

முதற்பதிப்பு: 2023

First Edition: 2023

Aarthikku Mugam Sivanthathu

ஆர்த்திக்கு முகம் சிவந்தது

Vaasanthi

வாஸந்தி

ISBN: 978-93-95686-19-8

Pustaka Digital Media Pvt. Ltd.
#7-002, Mantri Residency,
Bannerghatta Main Road, Bengaluru - 560 076
Karnataka, India
+91 7418555884

# பொருளடக்கம்

'**வெ**ல்கம் டு நேபாள்' என்கிற அந்தக் கொட்டை எழுத்துக்களை ஆர்த்தி பார்த்தாள். அந்தப் பிரும்மாண்டமான நுழைவாயில், அந்த வெறும் வார்த்தைகளைப் பார்க்கையில் இந்த அன்னிய மண் நிஜமாகவே தன்னை வரவேற்கிறதா என்று சந்தேகமாக இருந்தது.

அவளை வரவேற்க யாரும் வரவில்லை. ஒரு கடிதம் எழுதி, தந்தி அடித்திருந்தும்...

பக்கத்தில் 'ஸொனாலி செக்போஸ்ட்' என்று எழுதியிருந்தது. மனத்தில் எழுந்த சந்தேகத்தைப் போக்கிக்கொள்ள அவள் நான்காம் முறையாகக் கைப்பையைத் திறந்து 'அட்ரெஸ் புக்'கைத் திறந்து பார்த்தாள். சரியான இடத்துக்குத்தான் வந்திருக்கிறோம். பின் ஏன் ஒருவரும் வரவில்லை? அவள் வந்திறங்கி ஒரு மணி நேரம் ஆயிற்று. ஓர் அன்னிய தேசத்தில் முதல் முதல் காலடி வைக்கையில், தெரிந்தவர்கள் யாருமே இல்லாத நிலையில் என்ன செய்வது?

அவள் தன்னைச் சுற்றி ஒரு கண்ணோட்டம் விட்டாள். அது எல்லைப்புறப் பகுதியானதால் நேப்பாளியர்கள் இந்தியர்கள் இருவருமே தென்பட்டார்கள். இங்கிருக்கும் அசிங்கத்துக்கு நாங்கள் பொறுப்பில்லை என்று இரு தரப்பினரும் நினைத்த

மாதிரி ரோடும் அக்கம் பக்கத்துக் கடைகளும் ஒரே அசிங்கமாக, குப்பையும் கூளமுமாக இருந்தன. யாருமே அவளைக் கவனித்த மாதிரித் தெரியவில்லை. வெறும் பொழுதைக் கழிக்கவே இருந்த மாதிரி நின்ற இரண்டொருவரும் தங்கள் ஊருக்கு ஒட்டாத பெண்ணாக நாகரிகமாகத் தோற்றமளிக்கும் ஓர் அழகிய பெண்ணைப் பார்க்கும் சுவாரஸ்யத்துடன் பார்த்துக்கொண்டு நின்றார்களே தவிர, யாரும் உதவுவதற்கு வருவதாகக் காணோம்.

ஆர்த்தி உதட்டைக் கடித்துக் கொண்டாள். லேசாகக் குளிர ஆரம்பித்திருந்தது. பொழுது சாய்வதற்குள் வீட்டுக்குப் போய் விடுவோம் என்கிற நினைப்பில் அவள் சால்வையையும் ஸ்வெட்டரையும் பெட்டிக்குள் வைத்திருந்தாள். இப்பொழுது நட்ட நடுத்தெருவில் பெட்டியை எப்படித் திறப்பது? கஸ்டம்ஸ் அதிகாரிகள் சோதனை போட்டபோதே எடுத்து வைத்துக் கொண்டிருக்கலாம். அப்பொழுது நன்றாக வெய்யில் அடித்தது. குளிரைப் பற்றி ஞாபகமே வரவில்லை. இவ்வளவு நேரம் காக்க வேண்டியிருக்கும் என்று தெரியவும் தெரியாது. மேட்ரன் கண்டிப்பாகச் சொல்லியிருந்தாள். அவளை வரவேற்க யாராவது நிச்சயம் வருவார்கள் என்று. எக்கச்சக்கப் பணம் தாராள மனதுடையவர்கள். இரண்டு கார்கள் அவளுக்குத் திடீரென்று ஆயாசமாக இருந்தது. மேட்ரன் அவ்வளவு தூரம் வற்புறுத்தியிருக்காவிட்டால் அவள் டெல்லியைவிட்டு வந்தேயிருக்க மாட்டாள். முன்பின் தெரியாத இடத்துக்கு வந்திருப்பவளுக்கு எத்தகைய வரவேற்பு! கடிதம் எழுதி ஒரு தந்தி அடித்திருந்தும் அத்தனை அலட்சியமாக அவர்கள் இருக்க வேண்டுமென்றால் எத்தனை பணத் திமிர் இருக்க வேண்டும்? ஒருவேளை இவர்களே, இந்த ஜனங்களே இப்படித்தான் இருப்பார்களோ? இங்கே எப்படிச் சமாளிப்பது? நல்ல வேளை, சில வாரங்கள் இருந்தால் போதும் என்கிற ஒப்பந்தத்தில்தான் அவள் வந்திருக்கிறார். ஒப்பந்த காலம் முடிந்த கையோடு கிளம்ப வேண்டியதுதான்.

"நீங்கள் யாருக்காகக் காத்திருக்கிறீர்கள்?" என்று சுத்தமான இந்தியில் வந்த வார்த்தைகளைக் கேட்டு அவள் திடுக்கிட்டுத் திரும்பினாள்.

போலீஸ் உடையில் செக்கச் செவேல் என்று நின்றிருந்தார் ஒருவர். கஸ்டம்ஸ் ஆபீஸர் என்று அவளுக்கு நினைவுக்கு வந்தது.

தன்னை ஏனென்று கேட்க ஆள் கிடைத்த நிம்மதியில் அவள் சொன்னாள். "நான் விக்ரம்ஸிங் ராணாவின் வீட்டுக்குப் போகணும். அவருடைய விலாசம்" என்று இழுத்தபடி கைப்பையைத் திறக்கையில்...

போலீஸ் அதிகாரி சிரித்தார்.

"நீங்கள் சொல்ல வேண்டாம். விக்ரம்ஸிங் ராணாவைத் தெரியாதவர்களே கிடையாது. இந்த ஏரியாவில் நீங்கள் வருவது அவர்களுக்குத் தெரியுமா?"

"தெரிந்திருக்கணும்," என்றாள் அவள் நிச்சயமாக, "ஒரு கடிதம் எழுதி தந்தியும் கொடுத்திருக்கிறேன்."

"எப்பொழுது?"

"கடிதம் 16ம் தேதி எழுதினேன். தந்தி நேற்று கிளாம்புவதற்கு முன் கொடுத்தேன்."

இன்று தேதி 20. அவளது அறியாமையைக் கண்டு சிரிக்கிற மாதிரி கஸ்டம்ஸ் அதிகாரி சிரித்தார்.

"இங்கெல்லாம் கடிதம் அவ்வளவு சீக்கிரம் வந்து சேர்ந்துவிடாது. தந்தியே கடிதம் மாதிரிதான் வந்து சேரும்."

அடக்கடவுளே என்றிருந்தது அவளுக்கு. இந்த மாதிரி அத்வானம் பிடித்த ஊருக்கா வந்திருக்கிறோம்?

"இப்பொழுது என்ன செய்வது? இங்கேயிருந்து டெலிபோன் செய்கிறீர்களா?"

அவர் சிரித்தார் பல் வரிசையாக வெள்ளையாக இருந்தது.

"நேபாளில் டெலிபோன் கனெக்‌ஷனே கிடையாது. காட்மண்டுவில் மாத்திரம்தான் இன்டர்னலாக உண்டு..."

"இப்பொழுது என்ன...?" என்று அவள் ஆரம்பிப்பதற்குள் அவர் சொன்னார்.

"நான் உங்களை எங்கள் வண்டியில் அனுப்புகிறேன். கவலைப்படாதீர்கள். ராணா எங்களுக்கு ரொம்ப வேண்டியவர். நீங்கள் யார் என்று நான் தெரிந்து கொள்ளலாமா?"

"நான் ஒரு நர்ஸ். டில்லியிலிருந்து வருகிறேன் ராணாவைக் கவனித்துக் கொள்ள."

"ஓ" என்றார் அதிகாரி ஒரு புது சுவாரஸ்யத்துடன், பிறகு சிரித்தார். "ஐ ஹோப் யு ஸ்டே, ராணாவைத் திருப்திப்படுத்துவது ரொம்ப கஷ்டமாகப் போய்விட்டது. இப்பொழுது அந்த ஆக்ஸிடெண்டுக்குப் பிறகு ஹி ஹேஸ் பிகம் எ டிஃபிகல்ட் மேன்."

ஆர்த்தி பதில் ஏதும் சொல்லாமல் நின்றாள். முக்கால்வாசி முதுகெலும்பொடிந்த பேஷண்டுகள் டிஃபிகல்ட்தான் என்று நினைத்துக் கொண்டாள்.

அவர் சட்டென்று உள் பக்கம் திரும்பி ஓர் ஆளுடன் நேப்பாளியில் ஏதோ சொன்னார். பிறகு அவளைப் பார்த்து, "உங்களை இன்னும் இங்கே காக்க வைக்கக்கூடாது. வண்டியைக் கொண்டுவரச் சொல்லியிருக்கிறேன் இன்னும் ஐந்து நிமிஷத்தில் நீங்கள் கிளம்பலாம்." என்றார்.

"ரொம்பத் தாங்க்ஸ்." என்றள் ஆர்த்தி உண்மையான நன்றியுடன்.

அந்தச் சமயத்தில் ஒரு 'லாண்ட்ரோவர்' வந்து நின்றது. அதை ஓட்டிக்கொண்டு வந்தவனைப் பார்த்து கஸ்டம்ஸ் அதிகாரி பெரிய கும்பிடு போட்டார்.

"ஹாய் குருங்!" என்றார்: "எங்கிருந்து வருகிறாய்?"

வண்டியோட்டிக் கொண்டு வந்த அந்த இளைஞன் சிரித்துக்கொண்டே கீழே இறங்கினான். ஆர்த்தியை ஒரு வினாடி பார்த்துவிட்டு அதிகாரியைப் பார்த்து ஏதோ நேப்பாளியில் சொன்னான்.

இவர்கள் எல்லாம் எவ்வளவு சிவப்பாக இருக்கிறார்கள் என்று ஆர்த்தி நினைத்துக் கொண்டாள்.

அதிகாரி பெரிதாகச் சிரித்தார். பிறகு ஆர்த்தியை அறிமுகம் செய்தார்.

"குருங். ராணாவின் பக்கத்து வீட்டுக்காரர்." என்றார். பிறகு, "ஐஸே. இந்த லேடியை அழைத்துக்கொண்டு போய் ராணா வீட்டில் விடுகிறீர்களா?"

குருங் ஃப்ரெஞ்சுக்காரர்கள் மாதிரித் தலையை இடுப்புடன் குனிந்து கையை மடித்துச் சொன்னான். "வித் ப்ளெஷர். ஒரு இளம் பெண்ணை அழைத்துப் போக என் லாண்ட்ரோவருக்கு ரொம்பப் பிடிக்கும்!"

ஆர்த்திக்கு முகம் லேசாகச் சிவந்தது. இந்தியாவில் இவ்வளவு வெளிப்படையாக யாரும் பேசமாட்டார்கள் என்று தோன்றிற்று.

கஸ்டம்ஸ் அதிகாரி சொன்னார். "இவர் பேச்சைக் கண்டு பயப்படாமல் நீங்கள் தைரியமாகப் போகலாம் இவரோடு. உங்களுக்கு ஆட்சேபணை இல்லையே?"

"இல்லை," என்றாள் ஆர்த்தி தன்னையறியாமல் பக்கத்து வீட்டுக்காரனோடு முதல் நாளே எந்தவிதத் தகராறும் வைத்துக் கொள்ளக்கூடாது என்று தோன்றிற்று.

"குட். ஐ ஆம் ஆனர்ட்," என்று சிரித்த குருங் அவருடைய சாமான்களை வண்டியில் வைத்தான். பிறகு கஸ்டம்ஸ் அதிகாரியைப் பார்த்துச் சிரித்துக்கொண்டே கேட்டான். "வண்டியைச் செக் பண்ண வேண்டாமா?"

"வேண்டாம். தெரிந்த வண்டிதானே? டால்டா ஏதும் எடுத்துக்கொண்டு போகவில்லையே?"

குருங் சிரித்தான். "அதெப்படி? நிச்சயமாகச் சொல்லமுடியும்? டிக்கியில் ஒளித்து வைத்திருப்பேன்!"

அதிகாரி சிரித்துக் கொண்டே கையசைத்தார். குருங் சிரித்துக்கொண்டே வண்டியைக் கிளப்பினான். இவர்கள் என்ன பேசிக் கொள்கிறார்கள் என்று ஆர்த்தி விழித்தாள்.

குருங் அவளுக்கு விளக்கம் சொல்கிற மாதிரி சொன்னான். "நேபாளத்திற்குள் இந்தியாவிலிருந்து டால்டா எடுத்துக்கொண்டு போகக்கூடாது."

"ஏன்?"

"நேபாளத்தில் நிறைய நெய் உற்பத்தியாகிறது. அதன் தரத்தைக் கண்டு எங்களுக்கே சந்தேகம்! டால்டா நுழைந்தால் நெய் வியாபாரம் குறைந்துவிடும் என்று பயம். நீங்கள் ஏதும் டால்டா கொண்டு வரவில்லையே."

"இல்லை," என்று சிரித்தாள் ஆர்த்தி.

அவனுடைய சிரிப்பு அவளையும் தொற்றிக்கொண்ட மாதிரி இருந்தது. மனத்தின் புழுக்கம் சற்றுக் குறைந்த மாதிரி இருந்தது.

வண்டியை ஓட்டுகையில் குருங் மௌனமாக இருந்தான். அவன் ஏதோ தீவிர யோசனையில் இருக்கிற மாதிரி இருந்தது. ஆர்த்தி சுற்றுப்புறத்தைப் பார்க்கலானாள். இரண்டு பக்கமும் பச்சைப் பசேல் என்று வயற்பரப்பு தெரிந்தது. நடுநடுவில் ஆர்டீஸன் கிணறுகளிலிருந்து நீர் ஊற்று வருவது தெரிந்தது. அதிக ஜன நடமாட்டமே இல்லை. தமிழ்நாடு கிராமங்களின் நினைவு வந்தது ஆர்த்திக்கு.

குருங் அவளைத் திடீரென்று கேட்டான். "உங்களுக்குச் சொந்த ஊர் எது?"

"மதராஸ்."

அவன் ஆச்சரியத்துடன் அவளைப் பார்த்தான். "மை காட். அவ்வளவு தூரத்திலிருந்தா வருகிறீர்கள்?"

"இல்லை. நான் டில்லியிலிருந்து வருகிறேன். மதராஸ் சொந்த ஊரானாலும் டில்லியில் ரொம்ப வருஷமாக இருக்கிறேன்."

அவன் லேசாகச் சிரித்தான். "ரொம்ப வருஷங்கள் என்கிற அளவுக்கு உங்களுக்கு வயசாகவில்லை என்று நினைக்கிறேன். நன்றாக ஹிந்தி பேசுகிறீர்கள் டில்லி வாசத்தால்."

அவள் பேசாமல் இருந்தாள். அவன் மறுபடி யோசனையில் ஆழ்ந்தான். பிறகு மெல்லச் சொன்னான். "இதுவரை வந்தவர்கள் எல்லாம் வயதானவர்கள். அவர்களாலேயே ராணாவைச் சமாளிக்க முடியவில்லை."

"பேஷண்டைக் கண்டு நர்ஸ் பயந்தால் அவள் அந்த உத்யோகத்துக்கே லாயக்கில்லை," என்றான் ஆர்த்தி, "அதுவும் தவிர முதல்முதலில், நான் இங்கு வரும்போது நீங்கள் என்னை அதைரியப்படுத்துவது நல்லதில்லை."

அவள் குரலிலிருந்த லேசான எரிச்சலைக் கண்டு அவன் சிரித்தான். "ஓ ஐ ஆம் ஸாரி. உங்களைப் பயமுறுத்த நான் ஏதும் சொல்லவில்லை. எச்சரித்தேன். அவ்வளவுதான். எனவே ராணாவின் கோபத்துக்கெல்லாம் ராணி ஈடுகட்டி விடுவார்."

ஆர்த்தி பதில் பேசாமல் வெளியில் பார்வையை ஓட்டினாள். பேஷண்டைப் பார்ப்பதற்கு முன்பே ஒரு அபிப்பிராயத்தை உருவாக்கிக்கொள்ள அவள் விரும்பவில்லை. ஏற்கனவே ஒரு அதிருப்தியான உணர்வு மனத்தில் நெருடுவதை அவள் உணர்ந்து திடுக்கிட்டாள். அது இவ்வளவு நேரம் கவலையுடன் இந்திய எல்லைப் புறத்தில் காத்திருந்ததனால் ஏற்பட்ட எரிச்சலா. கஸ்டம்ஸ் ஆபீஸரின் பேச்சு உருவாக்கிவிட்ட ப்ரெஜூடிஸ்ஸா?

அது எதுவாக இருந்தாலும் அதை அவசரமாகக் கலைக்க வேண்டும் என்று நினைத்துக் கொண்டாள்.

"இதோ தெரிகிறதே ஃபாக்டிரிகள். ஷுகர் ஃபாக்டிரி, ரைஸ் மில் இதெல்லாம் ராணாவுக்குச் சொந்தம்." என்றான் குருங்.

"இப்பொழுது யார் பார்த்துக் கொள்கிறார்கள்?"

"ஒரு மானேஜர் இருக்கிறார்," என்றவன் பிறகு பேசவேயில்லை.

வெளியிலிருந்து சிலுசிலுவென்று காற்றடித்தது.

தன்னுடைய நேபாள வாசம் எப்படியிருக்கப்போகிறதோ என்று அவளுள் படபடப்புடன் கூடிய ஓர் எதிர்பார்ப்பு ஏற்பட்டது. இவர்களெல்லாம் பயமுறுத்தினதில் ராணா ஒரு சுவாரஸ்யமான கேரக்டராக இருக்க வேண்டும் என்று தோன்றிற்று. தள்ளாத வயதில் முதுகை ஒடித்துக்கொண்டு மனத்தில் கொந்தளிக்கும் உணர்வுகளுக்கெல்லாம் வடிகால் கிடைக்காமல்... அதுதான் நர்ஸ்கள் மீது கோபமாகப் புறப்படுகிறதோ? அப்படியானால் வடிகாலுக்கு வகை செய்ய வேண்டும். ஃபிஸியோ தெரப்பியோடு சைக்கோ தெரப்பி அவசியம் இந்த மாதிரி கேஸுக்கு...

லாண்ட்ரோவர் மேடான பகுதியில் ஏறிச்செல்ல, திடீரென்று ஒரு பிரும்மாண்டமான பங்களாவும் பெரிய இரும்புக் கிராதி கேட்டும், கேட்டை ஒட்டினாற்போல் கூர்க்காவின் இருப்பிடமும் தெரிந்தன. கூர்க்கா அவசரமாகக் கேட்டைத் திறந்தான். கேட்டைத் தாண்டி உள்ளே செல்கையிலேயே தண்ணென்ற குளுமை உணர்வு ஏற்பட்டது. தோட்டம் முழுவதும் மரங்களும் பூந்தொட்டிகளில் பூக்களுமாகச் சூர்ய வெப்பத்துக்கு இங்கே வர அதிகாரம் கிடையாது என்கிற மாதிரி...

ஆர்த்தி தன்னையறியாமல் ஒருவித உற்சாகத்தோடு அந்தச் சூழலைப் பார்த்தாள்.

வண்டி தம்மென்று நின்றதும் அவள் உணர்வு பெற்றவள் போல் நிமிர்ந்தாள். வீடு பிரும்மாண்டமாக இருந்தது. கீழேயெல்லாம் காவியாக மனித நடமாட்டமே இல்லாத மாதிரி இருந்தது அவளுக்கு அதிசயமாக இருந்தது. வாயிற்புறமே மாடிப்படிகள் 'ட' வடிவத்தில் தென்பட்டன. படிகள் முழுவதும் பச்சை வண்ண 'காயர்மேட்'.

அவளுக்காகக் கதவைத் திறந்துவிட்ட குருங், 'பூ ஆர் ஹோம்.' என்றான் ஒரு சிரிப்புடன். "எல்லோரும் இருப்பது மாடியில். கீழே யாருமில்லை. முன்பெல்லாம் கீழே பார்ட்டிகள் நடக்கும். அதெல்லாம் இப்போது பழங்கதை..."

அவளுக்கு வேடிக்கையாக இருந்தது.

முதுகை ஒடித்துக்கொண்டு படுத்திருப்பவரை மாடியில் ஏன் வைக்க வேண்டும்? ஒருவேளை வருவோர் போவோரின் தொந்தரவு அதிகமாக இருக்கும் என்று அந்த ஏற்பாடு இருக்கலாம்.

அவள் யோசனையுடன் குருங் பின் தொடர மாடிப்படிகளில் ஏறினாள்.

சாத்திய கதவின் முன்னால் அழைப்பு மணியை அடித்துவிட்டுக் காத்திருக்கையில் அவள் சுற்றிலும் தன் பார்வையைச் சுழல விட்டாள்.

கதவு திறந்தது. ஒரு நேபாளச் சிறுவன் குருங்கைப் பார்த்து ஒரு சிரிப்புச் சிரித்துக் கைகூப்பி நமஸ்கரித்தான். குருங் நேபாளியில் ஏதோ சொன்னான். அவன் அவர்களை உள்ளே வரச் சொல்லிவிட்டுப் போனான்.

வரவேற்பறை பழைய பாணியோடு புதிய பாணி ஃபர்னிச்சர்களோடும் இருந்தது. கலையுணர்வோடு வைக்கப்படவில்லை என்று ஆர்த்தி நினைத்துக் கொண்டாள்.

குருங் எழுந்தான். அப்பொழுதுதான் ஆர்த்தி கவனித்தாள் உள்ளேயிருந்து ஓர் அம்மாள் வருவதை. வெள்ளை

வெளேரென்று முகம். இளநீல வர்ணத்திலே புடவை. பாப் செய்யப்பட்ட முடி. அறுபது வயதிருக்கும். முகத்தில் மிதமிஞ்சிய சாந்தமும் அமைதியும் தெரிந்தன. கண்களின் கீழே சிறிய கருவட்டம்... ஆர்த்தி தன்னையறியாமல் எழுந்தாள்.

ராணி முகத்தில் புன்னகையும் வியப்பும் மலர அவளை நோக்கி வந்தாள்.

"வாருங்கள்" என்றாள் ஹிந்தியில், "நீங்கள் என்றைக்கு வருகிறீர்கள் என்று தெரிவிக்கவேயில்லையே? நாங்கள் பார்டருக்கு ஆளை அனுப்பியிருப்போமே?" அவளது ஹிந்தி உச்சரிப்பில் நேபாலி வாடையிருந்தது.

"லெட்டர் போட்டுத் தந்தியும் அடித்தேனே?" என்றாள் ஆர்த்தி.

ராணி புருவங்களை உயர்த்தி குருங்கைப் பார்த்தாள். "ஒன்றும் வரவில்லையே?"

குருங் மண்டையாட்டிச் சிரித்தான். "இனிமேல்தான் வரும். நேற்று இந்தியாவிலிருந்து தந்தி அடித்து இன்றைக்கு நேபாளத்துக்கு வந்துவிடுமா? நாங்கள் எல்லாம் அவசரமே படாத ஜனங்கள். உங்களுக்குப் போகப்போகப் புரியும்." என்றான் ஆர்த்தியைப் பார்த்து.

பிறகு எழுந்திருந்து ராணியிடம் ஏதோ நேபாளியில் சொல்லிவிட்டுப் புறப்பட்டான். "நாம் பிறகு சந்திக்கலாம்." என்றான் ஆர்த்தியைப் பார்த்து.

இவர்கள் மிகமிக மரியாதையாகப் பேசுகிற மாதிரி இருந்தது ஆர்த்திக்கு.

ராணி கனிவுடன் அவளைப் பார்த்துச் சிரித்தாள். "நல்லவேளை, குருங் உங்களை அழைத்து வந்தார். நீங்கள் பார்டரில் காக்க வேண்டியிருந்தது ரொம்ப வருத்தமாக இருக்கிறது எனக்கு. பிரயாணம் ரொம்ப அலுப்பாக இருந்திருக்கும் இல்லையா?"

அந்தப் பேச்சின் கனிவும் மென்மையும் ஆர்த்திக்கு ஆச்சரியமாக இருந்தன. இத்தனை பெரியவள், பணக்காரி, தன்னை வேலைக்காக அழைத்திருப்பவள் கொஞ்சங்கூடச் கர்வமில்லாமல் இருந்தது நம்ப முடியாததாக இருந்தது.

"ஆமாம். கொஞ்சம் அலுப்பான பயணம்தான்." என்றாள்.

"நீங்கள் டீ சாப்பிட்டுவிட்டு ரெஸ்ட் எடுத்துக்கொள்ளுங்கள். அப்புறம் ராணாவிடம் அழைத்துப் போகிறேன்."

வேலைக்காரப் பையன் டீ ட்ரேயைக் கொண்டுவந்து வைத்தான். பளபளப்பான பீங்கான் செட். ட்ரே துணியில் அழகான பூ வேலை செய்யப்பட்டிருந்தது.

ராணி டீயைக் கோப்பையில் ஊற்றியபடியே சிரித்துக்கொண்டு சொன்னாள்.

"தேஜ் பஹதூர் ராணா உங்களை ரொம்பப் புகழ்ந்து சொன்னார். டெல்லி ஆஸ்பத்திரியில் அவர் இருந்தபோது ரொம்ப நன்றாகக் கவனித்துக் கொண்டீர்களாம். அவர்தான் உங்களைக் கட்டாயம் இங்கே வரவழைக்க வேண்டும் என்று சொன்னார். இங்கே நல்ல நர்ஸ் கிடைப்பது ரொம்பக் கஷ்டம். ஆஸ்பத்திரிக்கே வேண்டிய நர்ஸ்கள் இல்லை..." சற்று நேரம் ராணி பேசாமல் இருந்தாள். பிறகு மெல்ல சிரித்தாள். "தேஜ் பஹதூர் நீங்கள் இவ்வளவு சின்னவர், அழகானவர் என்று சொல்லவில்லை."

ஆர்த்தியின் முகம் லேசாகச் சிவந்தது சங்கோஜத்தில்.

"சொல்லியிருந்தால் நான் பரிகாசம் செய்திருப்பேன். அதனால்தான் புகழ்கிறீர்கள் என்றிருப்பேன்..."

"ராணி யோசனையுடன் உட்கார்ந்திருப்பது தெரிந்தது. டீ மிக நன்றாக இருந்தது. டார்ஜிலிங் டீ."

"ராணாவைக் கவனித்துக்கொள்ள ரொம்பப் பொறுமை வேணும்..." என்றாள் ராணி திடீரென்று. லேசான கவலைக் கோடுகள் தெரிந்தன.

"எந்தப் பேஷண்டையும் கவனித்துக்கொள்ளப் பொறுமை வேணும்," என்றாள் ஆர்த்தி சிரித்துக் கொண்டே.

ராணிக்கு அது காதில் விழுந்ததாகத் தெரியவில்லை. கோப்பையையே பார்த்துக் கொண்டிருந்தாள்.

"யூ ஆர் டு யங்..." என்று முணுமுணுத்தாள்.

ஆர்த்திக்குத் திடீரென்று ஆயாசமாக இருந்தது. ஏன் வந்தோம் என்றிருந்தது. ராணாவின் உடல்நிலையைப் பற்றியும் அவரைப் பற்றியும் இந்த ராணி ரொம்ப ஃபஸ் செய்கிற மாதிரிப்பட்டது.

"இந்த வேலைக்கு நான் தகுதியுள்ளவள் இல்லை என்றால் தேஜ் பஹதூர் ராணா என்னை உங்களுக்குச் சிபாரிசு செய்திருக்கமாட்டார். இல்லையா?"

ராணி அவளைத் தலை நிமிர்ந்து பார்த்தாள். கனிவாகச் சிரித்தாள். அந்தப் பார்வையையும் சிரிப்பையும் பார்த்தபோது தான் இப்படிப் பேசி இருக்க கூடாது என்று ஆர்த்தி நினைத்துக்கொண்டாள்.

"வாஸ்தவம்தான். ஆனால் நான் ராணாவுக்காக யோசிக்கவில்ல. உங்களுக்காகத்தான் யோசிக்கிறேன் உங்களுக்குப் பிறகு மனவருத்தம் ஏற்படக் கூடாதல்லவா?"

ஆர்த்திக்கு வெட்கமாக இருந்தது. இருந்தும் இந்த ராணாவை ஒரு மென்டல் கேஸ் மாதிரி இவர்கள் பேசுவது அவளுக்கு வினோதமாக இருந்தது.

"நீங்கள் கவலைப்பட வேண்டாம்," என்றாள். "எனக்குப் பலவிதமான பேஷண்டுகளோடு பேசிப் பழகி அனுபவம் இருக்கிறது. ராணா படுக்கையில் படுத்து எத்தனை நாட்களாகிறது?"

"கிட்டத்தட்ட ஆறு மாதங்களாகப் படுத்த படுக்கை."

அவளுக்குத் தூக்கிவாரிப் போட்டது. "ஆறு மாதங்களாகவா? உட்காருவதுகூட இல்லயா?"

"இல்லை."

ஆர்த்திக்கு அதிர்ச்சியாக இருந்தது. எத்தனை நாட்களுக்கு அவள் தங்க வேண்டியிருக்கும் இந்த அன்னிய மண்ணில்? முதுகெலும்பு முறிந்து படுத்திருக்கிறார் என்று அவளுக்குத் தெரியும். ஆறு மாதங்களுக்குள் உட்காரும் நிலை வந்திருக்க வேண்டும். ஏன் முடியவில்லை?

"எலும்பு எப்படி முறிந்தது?"

"குதிரையிலிருந்து, விழுந்து விட்டார். இங்கே அவ்வளவு நல்ல ஆஸ்பத்திரி இல்லை. காட்மண்டுவுக்குத்தான் போகணும். ஒரு தரம் போய்விட்டு வந்தோம். அந்தப் பிரயாண அலுப்பே ராணாவுக்குத் தாங்கவில்லை."

ஆர்த்தி பேசாமல் இருந்தாள், நோயாளியைப் பார்ப்பதற்கு முன் எந்தவிதமான அபிப்பிராயத்தையும் உருவாக்கிக் கொள்ளக்கூடாது என்கிற தீர்மானத்தோடு.

ராணி சட்டென்று எழுந்தாள். "நீங்கள் ரொம்பக் களைப்பாயிருப்பீர்கள். நான் உங்கள் அறையைக் காண்பிக்கிறேன்... கொஞ்சம் இளைப்பாறுங்கள். பிறகு ராணாவிடம் அழைத்துப் போகிறேன்."

ஆர்த்தி அவளைப் பின்தொடர்ந்தாள். பெரிய வீடாக இருந்தது. தரையில் சணல் பாய் விரிக்கப்பட்டிருந்தது.

"இதுதான் உங்கள் அறை."

ஆர்த்தி பிரமித்துப் போனாள். அறை மிக அழகாக இருந்தது. விசாலமாக எல்லாச் சௌகரியங்களுடனும் இருந்தது. அட்டாச்ட் பாத்ரூம் இருந்தது.

"அறை மிக அழகாக இருக்கிறது." என்றாள் தன்னையறியாமல்.

"உங்களுக்குச் சௌகரியமாயிருக்கும் என்று நினைக்கிறேன். குளியலறையில் பஹதூர் வெந்நீர் வைத்திருப்பான். குளித்து இளைப்பாறுங்கள்," என்று கூறிவிட்டு ராணி சென்றாள்.

ஆர்த்தி தன்னைச் சுற்றிப் பார்த்தாள். வித்தியாசமான சூழலுக்கு வந்திருக்கிறோம் என்று தெரிந்தது. இங்கு மனம் லயிக்குமோ என்று தோன்றிற்று. ராணியைப் பொறுத்தவரை நல்ல மாதிரியாகத் தென்பட்டாள். ராணா? அது பெரிய கேள்விக்குறியாக இருந்தது. பூட்டப்பட்டு வைத்திருக்கும் விலங்கைப்பற்றிப் பேசுகிற மாதிரியல்லவா அவரைப் பற்றி இவர்கள் பேசுகிறார்கள்!

அவளுக்கு யோசனையாக இருந்தது. பிறகு தனக்குத்தானே சொல்லிக்கொண்டாள். கொஞ்ச நாட்களுக்காக வந்திருக்கிறோம். யாருடைய குணமும் என்னைப் பாதிக்காது. வேலை பிடிக்கவில்லையானால் கிளம்ப எத்தனை நேரம் ஆகும்?

ஜன்னல் தோட்டத்தைப் பார்த்தபடி இருந்தது. லேசாக இருட்ட ஆரம்பித்திருந்தது. தூரத்தில் ராணாவின் ஃபாக்டரிகள் தெரிந்தன. மற்றப்படி பச்சைப் பசேல் என்ற வயற்புறங்கள்.

அவள் குளியலறைக்குச் சென்று பார்த்தாள். பக்கெட்டில் வெந்நீர் இருந்தது. மாற்றுடையை எடுத்துக்கொண்டு அலுப்புத் தீரக் குளித்துவிட்டு வந்தாள். சற்று நேரம் படுக்கலாம் என்று படுத்தாள். தூங்கக் கூடாது என்று நினைத்துக் கொண்டே தூங்கிப் போனாள்.

அவள் திடீரென்று உலுக்கப்பட்டவள் மாதிரி விழித்துக் கொண்டாள். வெகு அருகில் யாரோ சிரிப்பதும், பல குரல்கள் கேட்கிற மாதிரியும் இருந்தது. கொஞ்சம் இருட்டு கண்ணுக்குப்

பழகியதும் தன் அறைக்குள் யாருமில்லை என்று புரிந்தது. ஸ்விட்ச் இருக்கும் இடத்தைத் தேடிப்பிடித்து விளக்கேற்றினாள். கடிகாரத்தைப் பார்த்தாள். 7.30. இன்னும் ராணாவைப் பார்க்கவில்லை என்கிற ஞாபகம் வந்தது. எப்படி இப்படிப் பொறுப்பில்லாமல் தூங்கிப் போனோம் என்று வெட்கமாக இருந்தது. ராணி தன்னைக் கூப்பிட வந்திருப்பாளோ? தான் தூங்குவதைப் பார்த்திருப்பாளோ? 'பூ ஆர் டீ யங்' என்று தான் நினைத்ததில் என்ன தவறு என்று நினைத்திருப்பாளோ? அவளுக்கு வெட்கமாக இருந்தது.

அவள் பாத்ரூமுக்குச் சென்று முகத்தைக் கழுவிக்கொண்டு வந்தாள். லேசாகப் பவுடர் பூசி நெற்றிக்கு இட்டுக் கொண்டாள். நாளையிலிருந்து வெள்ளைப் புடவை கட்டலாம் என்று இளம் ரோஜா நிறத்தில் ஒரு புடவையைக் கட்டிக் கொண்டாள். ராணியைத் தேடி நாமே போகலாம் என்று தோன்றிற்று. அறையைவிட்டு வெளியில் வந்தாள்.

பக்கத்து அறையில் யார் இருக்கிறார்கள் என்று புரியவில்லை. மூன்று நான்கு பேர் இருக்கிற மாதிரி இருந்தது. ராணியின் குரல் கேட்கிற மாதிரி இருந்தது. அவள் சற்றுத் துணிச்சலுடன் ஒருகளித்திருந்த கதவைத் தட்டிவிட்டு நின்றாள்.

"கம்மின்," என்று ராணியின் குரல் கேட்டது.

ஆர்த்தி உள்ளே நுழைந்தாள். நுழைந்ததும் அவளுக்குச் சற்று அதிர்ச்சியாக இருந்தது. ஒரே புகை மண்டலமாக இருந்தது. ராணியின் கையில் சிகரெட் இருந்தது. நடுவில் வட்ட மேஜை, சீட்டுக்கட்டு ரூபாய் நோட்டுகள், சுற்றிலும் மூன்று ஆண்கள், திடுக்கிட்டுப் போனவள் மாதிரி ராணி சிகரெட்டைப் பக்கத்தில் இருந்த ஆஷ் டிரேயில் போட்டுவிட்டு எழுந்தாள்.

மற்றவர்களும் எழுந்து நின்றார்கள்.

"ஓ நீங்களா? நான் வேறு யாரோ என்று நினைத்தேன். கொஞ்சம் இருங்கள், வந்துவிடுகிறேன். ரெஸ்ட் எடுத்துக் கொண்டாயிற்றா?"

ஆர்த்திக்குச் சங்கடமாயிருந்தது. வரக்கூடாத இடத்துக்கு வந்துவிட்ட மாதிரி...

"ஆயிற்று." என்றாள் மெல்ல,

ராணி சமாளித்துக் கொண்டுவிட்ட மாதிரி இருந்தது. மற்றவர்களுக்கு அவளை நேபாளியில் அறிமுகம் செய்தாள். அவர்கள் சிரித்தபடி தலையை வணங்கி நமஸ்கரித்தார்கள். சிகரெட் புகையோடு விஸ்கியின் நெடி வந்த மாதிரி இருந்தது. ஆர்த்தி பதிலுக்கு நமஸ்தே சொல்லிவிட்டு ராணியையப் பார்த்துச் சொன்னாள். "நான் என் அறையில் இருக்கிறேன். நீங்கள் கூப்பிடும்போது வருகிறேன்."

சரி என்பதற்கு அடையாளமாய் ராணி சிரித்துக்கொண்டே தலை ஆட்டினாள்.

ஆர்த்தி வெளியே வந்து தன் அறைக்குப் போய் ஜன்னலண்டை நின்றாள். அந்தப் புகை மண்டலத்தில் இரண்டு நிமிஷம் நின்றதே மூச்சை முட்டுகிற மாதிரி இருந்தது. குளிர்ந்த காற்றைச் சுவாசிக்க வேண்டும்போல் இருந்தது. மார்பு லேசாகப் படபடத்த மாதிரி இருந்தது. அவள் மனத்தில் உருவாகியிருந்த ராணியின் சுபாவத்துக்கும் இப்பொழுது பார்த்த ராணிக்கும் சம்பந்தமில்லாத மாதிரி இருந்தது. ராணா முதுகை ஒடித்துக்கொண்டு படுத்திருக்கையில் ராணி மற்ற ஆண்களுடன் சூதாடுகிறாள், குடிக்கிறாள் என்கிற விஷயம் நம்ப முடியாததாக இருந்தது. அருவருப்பாக இருந்தது. எந்த மாதிரி இடத்தில் வந்து மாட்டிக்கொண்டோம்? ராணாவுக்குக் கவனிப்பு போதவில்லை என்று தோன்றிற்று. ராணி இப்படியிருப்பதால்தான் ராணாவுக்கு இன்னும் உடம்பு சரியாகவில்லையோ? ராணிக்கு அலுத்துவிட்டதோ? புதிதாக வந்திருக்கும் நர்ஸை அவரிடம் அழைத்துப் போக வேண்டும் என்கிற எண்ணம்கூட இல்லாமல் சீட்டாடிக் கொண்டிருக்கிறாளே?

ஆர்த்தி சட்டென்று தன்னைச் சமாளித்துக் கொண்டாள்.

நோயாளியைக் கவனிக்கத்தான் வந்தாளே தவிர இந்த மாதிரி மற்றவர்களைப் பற்றி ஆராய்ச்சி செய்ய இல்லை. ராணியின் பழக்கங்கள் எப்படியிருந்தாலும் அது தன்னைப் பாதிக்கப்போவதில்லை. அவள் வந்திருப்பது ஒரு வியாபார ரீதியில் அதில் அபிப்பிராயங்களுக்கு எந்த இடமும் கிடையாது... இருந்தும் மனத்தில் ஏதோ ஒரு நமைச்சல் ஏற்பட்ட மாதிரி இருந்தது. எந்த வகையிலோ லேசான ஓர் ஏமாற்றம் ஏற்பட்ட மாதிரி...

அவள் தோட்டத்தை வெறித்துப் பார்த்தபடி நின்றிருந்தாள். ஒரு வோக்ஸ்வாகன் கேட்டுக்கு உள்ளே நுழைவது தெரிந்தது. ராணியின் சினேகிதர்கள் யாராவது இருக்கும் என்று தோன்றிற்று. ராணாவைப் பார்க்க யாருமே வரமாட்டார்களோ என்று தோன்றிற்று...

"வருகிறீர்களா?" என்று குரல் கேட்டு அவள் திரும்பினாள்.

ராணி நின்று கொண்டிருந்தாள். அதே சிரிப்பு, அதே கனிவு கண்களில்.

சற்று முன்னால் புகைமண்டலத்துக்கு நடுவில் சிகரெட் பிடித்துக்கொண்டு சூதாடிய ராணி இவள் என்று நம்புவது கஷ்டமாக இருந்தது.

"சரி," என்றபடி அவள் ராணியைப் பின்தொடர்ந்தாள்.

வழியில் வரவேற்பறை இருந்தது. யாரோ ஒருவன் உட்கார்ந்திருந்தான். சிவப்பாக உயரமாக இருந்தான். கண்ணாடிக்குப் பின் இரு சிறிய கண்கள் பளபளவென்று தெரிந்தன. மீசை கீழ் நோக்கியிருந்தது. அவர்களைப் பார்த்ததும் அவன் எழுந்தான்.

ராணி அவனைப் பார்த்து ஏதோ நேபாளியில் சொல்லிவிட்டு ஆர்த்திக்கு அவனை அறிமுகம் செய்தாள். "இதுதான் பிரதாப், நம்முடைய எஸ்டேட்டைப் பார்த்துக் கொள்கிறார். ராணா படுத்துக் கொண்டதிலிருந்து."

பிரதாப் லேசாக மிக லேசாக அவள் பக்கம் திரும்பி வணங்கினான். பிறகு ராணியைப் பார்த்து நேபாளியில் மெல்லிய குரலில் பேசினான். ராணியின் முகம் சட்டென்று இருண்டுபோன மாதிரி இருந்தது. ராணியும் மெல்லிய குரலில் பேசினாள். இவர்கள் ஏதோ ரகசியம் பேசுகிறார்கள் என்று ஆர்த்திக்குப் புரிந்தது. ராணியின் முகம் போன போக்கைப் பார்த்தால் நல்ல சமாசாரமில்லை என்று தோன்றிற்று. சற்றைக்கெல்லாம் பிரதாப் கிளம்பினான். போவதற்கு முன் ராணியின் முன் முதுகை நன்றாக வளைத்துக் குனிந்து வணங்கிவிட்டுப் போனான். இவர்களுடைய மரியாதைப் பேச்சும் பழக்கவழக்கங்களும் தனக்குப் புரியவோ பழகவோ கொஞ்ச நாள் ஆகும் என்று ஆர்த்தி நினைத்துக் கொண்டாள். ராணி தன் பின்னால் வரும்படி அவளுக்குச் சைகை காட்டினாள். ஆர்த்தி பின்தொடர்ந்தாள். ராணி ஏதோ யோசனையில் இருப்பது தெரிந்தது.

சட்டென்று ஒர் அறையின் வாசலில் ராணி சற்றுத் தயங்கிய மாதிரி நின்றாள். லேசாக எட்டிப் பார்த்தாள். பிறகு ஆர்த்திக்குச் சைகை காட்டி உள்ளே அழைத்தாள்.

கட்டிலில் சாய்ந்தபடி ஒருவர் படுத்திருந்தது தெரிந்தது - புத்தகத்தை முதுகுக்கு நேராகப் பிடித்தபடி,

"மிக்கி!" என்று ராணி அழைத்தாள். புத்தகம் கீழே இறங்கிற்று.

ஆர்த்திக்குத் தூக்கிவாரிப் போட்டது.

அவள் எதிர்பார்த்தது வயதானவரை. கட்டிலில் படுத்திருந்தது ஒர் அழகிய இளைஞன்!

✱✱✱

ஒரு வினாடி திகைத்துப்போய் அந்த அழகிய இளைஞனை ஆர்த்தி பார்த்தாள். நல்ல சிவந்த முகத்தில் தீர்க்கமான மூக்கு. அடர்ந்த புருவங்களுக்குக் கீழ் பரிகாசம் கலந்த பளபளக்கும் அழகிய கண்கள். சிவந்த உதடுகள். சிவப்பை அதிகரிக்கிற மாதிரி கரிய மீசை உடல்வாகு ஒற்றை நாடியாக இருந்தது.

இவனா, இந்த இளைஞனா அவளுடைய பேஷண்ட்? அவளுக்குத் திகைப்பாக இருந்தது. ராணா என்றதும் வயதானவர், இந்த ராணியின் கணவர் என்றுதான் நினைத்துவிட்ட பேதைமையை நினைக்க அவளுக்கு ஆச்சரியமாக இருந்தது. இவனைப் பற்றியா எல்லோரும் அப்படி பயமுறுத்தினார்கள்?

விக்ரம் ஸிங் ராணா தான் படித்துக் கொண்டிருந்த பத்திரிகையைக் கீழே பக்கத்து மேஜையில் வைத்துவிட்டு இரண்டு கைகளையும் கட்டிக்கொண்டு அவளைப் பார்த்தான், எடை போடுகிற மாதிரி.

அந்தப் பார்வையின் தீட்சண்யத்தைத் தாங்க முடியாமல் ஆர்த்தி ஒரு வினாடி தடுமாறினாள்.

ராணி மறுபடி ஒரு தயக்கத்துடன், ''மிக்கி...'' என்றாள்.

ராணா சட்டென்று தன் பார்வையை ராணியின் பக்கம் திருப்பினான்.

ராணி அவனிடம் ஏதோ நேபாளியில் சொன்னாள். பிறகு ஆர்த்திக்குப் புரியாது என்ற நினைப்பில், "உன் பெயர் என்ன என்று சொன்னாய்?" என்றாள்.

"ஆர்த்தி…"

"ஆ, ஆமாம். ஆர்த்தி," என்றாள் ராணி.

ஆர்த்தி ராணாவைப் பார்த்து, "நமஸ்தே," என்றாள்.

ராணா பதிலுக்கு நமஸ்தே சொல்லும்போது அந்தக் கண்களில் ஒரு குறும்பு தெரிந்த மாதிரி இருந்தது.

அவன் லேசாகச் சிரித்தபடி ஆங்கிலத்தில் சொன்னான். "அம்மாவின் டேஸ்ட் இப்பொழுது இம்ப்ரூவ் ஆகி வருகிறது. இவ்வளவு நாள் நர்ஸாக வந்தவர்கள் எல்லாம் கோரமான கிழவிகள்… என்னை மிலிட்டரி ஆதிக்கத்துக்குள் அடக்கி வைத்த மாதிரி மிரட்டிக் கொண்டிருந்தார்கள். இனிமேல் நிலைமை மாறும். நான் உங்களை மிரட்டலாம்."

ஆர்த்தி சிரித்தாள். அவன் பேச்சுக்குத் தகுந்த மாதிரியே அவனுக்குப் பதில் சொல்ல வேண்டும்போல் ஒரு வேகம் எழுந்தது. "அதுதான் முடியாது… ஏனென்றால் நீங்கள் ஒரு கோரமான கிழவரில்லை."

ராணா தலையைப் பின்னால் சாய்த்துப் பெரிதாகச் சிரித்தான். பல் வரிசையாகப் பளிச்செ்ன்று இருந்தது. இவனுக்கா இந்தப் படுக்கை என்று ஒரு வினாடி ஆர்த்திக்குச் சங்கடமாக இருந்தது.

அவன் சிரிப்புக்கு அர்த்தம் புரியாத மாதிரி ராணி சற்றுக் குழப்பத்துடன் நின்றாள்.

"குட்!" என்றான் ராணா. "எ குட் சேஞ்ச்" பிறகு அம்மாவைப் பார்த்து ஸீரியஸாக முகத்தை வைத்துக்கொண்டு சொன்னான். "நர்ஸ்களை அடிக்கடி மாற்றுவதனால் என் உடலில் மாறுதல் ஏற்பட்டுவிடும் என்று அம்மாவுக்கு நம்பிக்கை." என்றான்.

"மிக்கி!" என்று வியப்புடன் சொன்னாள் ராணி. "நர்ஸ்களை மாற்றுவது நான் இல்லை. எப்படியோ நர்ஸ் ஆர்த்தி வந்த வேளை நல்லவேளையாக இருக்கட்டும்."

ராணா மறுபடி சிரித்தான். "ஆமாம். இந்தச் சின்னப் பெண்ணின் வரவால் நான் நடக்க ஆரம்பித்துவிட வேண்டும்." ஏதோ பெரிய ஹாஸ்யத்தைச் சொல்லிவிட்ட மாதிரி அவன் சிரிப்பதை ஆர்த்தி ஆச்சரியத்துடன் பார்த்தாள்... அவன் வேதனையோடு சிரிக்கிறான் என்று புரிந்தது. ஹாஸ்ய உணர்வோடு சிரிக்கவில்லை... இழக்கக் கூடாததை இழந்துவிட்ட தாபம் இருந்தது சிரிப்பில், பேச்சில், கண்களில்...

அவள் மெல்ல, "ஏன் முடியாது?" என்றாள்.

அவன் கண்களில் சிரிப்பே இல்லாமல் சிரித்தான். "திஸ் இஸ் த பெஸ்ட் ஜோக் ஐ ஹவ் ஹேர்ட்!"

அவனைப் பார்த்து ராணி கலவரத்தோடு நின்ற மாதிரி இருந்தது.

அவன் திடீரென்று அவர்களைப் பார்த்து கத்தினான். "யூ கெட் அவுட். யூ ப்ளீஸ் கெட் அவுட்! எனக்கு யாருடைய உதவியும் தேவையில்லை." அவர்கள் பேசாமல் நின்றார்கள். அவன் மறுபடி கத்தினான். "யூ கெட் அவுட் ஐஸே!"

ராணி ஆர்த்தியின் கையைப் பிடித்து வெளியே அழைத்தாள். ஆர்த்தி பேசாமல் வெளியே வந்தாள். ராணியின் கைகள் லேசாக நடுங்குவது தெரிந்தது. கண்கள் கலங்கியிருந்தன. அறைக்கு வெளியே ஒரு வராண்டா இருந்தது. அங்கே நாற்காலிகள் போடப்பட்டிருந்தன. ராணி நாற்காலியில் உட்கார்ந்தாள். ஆர்த்தியையும் உட்காரச் சொன்னாள்.

ராணி மெல்லிய குரலில் பேசினாள். "இப்படித்தான் ராணாவுக்குத் திடீர் திடீர் என்று கோபம் வந்துவிடும். நீங்கள் அதைக் கண்டு கலங்கிவிடக் கூடாது. சீக்கிரமே கோபம் இறங்கிவிடும்..."

ராணிதான் அதிகமாகக் கலங்கியிருக்கிற மாதிரி இருந்தது. ஆர்த்தி மென்மையாகப் புன்னகை செய்தாள்.

"நீங்கள் கவலைப்படாதீர்கள். இந்த மாதிரி நிலையில் இருப்பவர்களுக்கே சட்டென்று கோபம் வரும். நான் நிறைய இந்த மாதிரி கேஸைப் பார்த்திருக்கிறேன். அவர்களிடம் பக்குவமாக நடந்து கொண்டால் சரியாகிவிடுவார்கள்."

ராணி அவளை நம்ப முடியாதவள் மாதிரிப் பார்த்தாள். அவளுக்கு எப்படிப் புரிய வைப்பது என்று புரியாமல் ஆர்த்தி சொன்னாள். "இதோ பாருங்கள். நான் வந்தது வந்துவிட்டேன். என்னால் முடிந்தவரை சமாளிக்கப் பார்க்கிறேன். இதில் நிர்ப்பந்தம் என்று ஒன்றுமில்லையல்லவா?"

ராணி. அவசரமாகக் குறுக்கிட்டாள். "இல்லை இல்லை. இதில் நிர்ப்பந்தம் ஏதும் இல்லை. உங்களுக்கு முடிந்த மட்டும் இருங்கள். என்னுடைய கவலை ஆசையெல்லாம் யாராவது என் மகனின் உடம்பையும் மனதையும் சரிசெய்துவிட மாட்டார்களா என்பதுதான்."

அவள் அந்த மாதிரி உண்மையான துக்கத்தோடு பேசுகையில் ஆர்த்திக்குச் சற்றுமுன் அவள் சூதாடுவதையும் குடிப்பதையும் பார்த்தவுடன் தன்னுள் ஏற்பட்ட அருவருப்புக்கு அர்த்தமேயில்லை என்று பட்டது. அதெல்லாம் இவர்களது வழக்கமாக இருக்காலம் அல்லது தன் கவலையை மறக்க அவள் மேற்கொண்ட பொழுதுபோக்குகளாக இருக்கலாம். ராணாவின் கோபத்தைச் சமாளிக்க வழி தெரியாமல் ஏற்படுத்திக் கொண்டுள்ள அடைக்கலங்களாக இருக்கலாம்...

அவள் பேச்சை லேசாக மாற்ற எண்ணி, "மிஸ்டர் ராணா எப்பொழுது சாப்பிடுவார்?" என்றாள்.

"ஒன்பது மணிக்கு சாதாரணமாக நான் நர்ஸ்களை முதலிலேயே சாப்பிட்டுவிடச் சொல்வேன். ராணாவுக்குச் சாப்பாடு போட்டு, உடையை மாற்றி, படுக்கையைச் சரி

பண்ணி, படுக்க வைப்பதற்குள் பத்து மணி ஆகிவிடும். சில சமயம் அவருடைய கோபதாபங்களைச் சமாளித்துவிட்டு வெளியே வருவதற்குள் நர்ஸுக்கு மூடே போய்விடும். அதனால் முன்னாலேயே சாப்பிட்டுவிடுவது நல்லது..."

ராணியின் பேச்சு ஆர்த்திக்குச் சிரிப்பைத் தந்தது. ராணாவைப் பற்றி ஏதோ பைத்தியத்தைப் பற்றி, விலங்கைப் பற்றிப் பேசுகிற மாதிரி ராணி பேசுவது வேடிக்கையாக இருந்தது. ராணாவின் குறும்பு தெறிக்கும் கண்களும் சிவந்த உதடுகளில் வெடித்த சிரிப்பும் அவள் மனத்தில் தோன்றி மறைந்தன.

ஆர்த்தி மெல்லச் சிரித்தாள். "எனக்கு மூட் என்பதே கிடையாது போவதற்கு. நான் அவருக்குச் சாப்பாடு போட்டுவிட்டுப் பிறகே சாப்பிடுகிறேன்."

"உங்கள் இஷ்டம்," என்றாள் ராணி. "இன்றைக்குச் சமையல்காரனையே ராணாவுக்குச் சாப்பாடு கொடுக்கச் சொல்லட்டுமா?"

மறுநாளிலிருந்து ட்யூட்டியை ஆரம்பிக்க வேண்டும் என்று நினைத்திருந்த ஆர்த்திக்குத் திடிரென்று அன்றைக்கே ஆரம்பிக்க வேண்டும்போல் இருந்தது. "இல்ல. நானே சாப்பாடு கொடுக்கிறேன்," என்றாள்.

ராணி அவளைச் சட்டென்று நிமிர்ந்து பார்த்தாள், அந்தப் பார்வையில் ஒரு பரிவும் வியப்பும் தெரிந்த மாதிரி இருந்தது. "சரி. ஆனால் இன்றைக்கு நீங்கள் என்னோடு முதலிலேயே சாப்பிட்டுவிட வேண்டும். நாளையிலிருந்து உங்கள் இஷ்டம். பிரயாணத்தின்போது எங்கே சரியாகச் சாப்பிட்டிருக்க முடியும்?"

வாஸ்தவத்தில் ஆர்த்திக்குப் பசித்தது. ரயிலில் சரியான சாப்பாடே கிடைக்கவில்லை. "சரி" என்றாள் புன்னகையுடன்.

"வாருங்கள். சாப்பிடப் போகலாம். சாப்பாடு ரெடியாக இருக்கும். நான் தினமும் எட்டு மணிக்குச் சாப்பிடுவேன்.

அதற்குப் பிறகு சாப்பிட்டால் எனக்கு ஜீரணமாவதில்லை." என்றபடி ராணி எழுந்தாள்.

ராணா என்ன செய்கிறாரோ என்கிற யோசனையுடன் ஆர்த்தி ராணியையப் பின்தொடர்ந்தாள்.

சாப்பாட்டு அறை பெரிதாக இருந்தது. அதற்கு நடுவில் இருபது பேர் அமர்ந்து சாப்பிடக்கூடிய அளவுக்குப் பெரிய மேஜ இருந்தது. அதில் இப்பொழுது அவளும் ராணியுமே அமர்ந்து சாப்பிடுவது என்னவோபோல் இருந்தது. மேஜ மேல் உயர்ந்த ரகப் பீங்கான் கிண்ணங்கள் இருந்தன.

சாப்பாடு தயாராக மேஜமேல் வைக்கப்பட்டிருந்தது. சாப்பிட ஆரம்பிப்பதற்கு முன் ராணி சொன்னாள்.

"நாங்கள் இரண்டு வேளையும் சாதம்தான் சாப்பிடுவோம். உங்களுக்குச் சரிப்பட்டு வருமோ என்னவோ சப்பாத்தி வழக்கமானால் சப்பாத்தி செய்யச் சொல்கிறேன்."

"அவசியமில்லை... நான் தென்னிந்தியாவைச் சேர்ந்தவள். எங்களுக்கு சாதம்தான் ஆகாரம்."

"அப்படியா? டில்லியில் வேலை பார்த்தீர்களே?"

"டில்லியில் அப்பா வேலையாக இருந்தார். என் படிப்பெல்லாம் டில்லியில்தான் ஆயிற்று."

"ஓ! அதுதான் இவ்வளவு நன்றாக ஹிந்தி பேசுகிறீர்கள். உங்கள் அப்பா, அம்மா டில்லியில்தான் இருக்கிறார்களா?"

ஒரு வினாடி. ஆர்த்தி பேசாமல் இருந்தாள். பிறகு மெல்லச் சொன்னாள். "இல்லை. இரண்டு பேருமே உயிரோடு இல்லை. ஒரு விபத்தில் இறந்து போய்விட்டார்கள்."

"ஓ... ஐயாம் ஸாரி."

ஆர்த்தி லேசாகச் சிரித்தாள். "நான் இப்பொழுது அந்தத் துக்கத்தையெல்லாம் மறந்தாயிற்று. அதற்கு இந்த நர்ஸ் வேலை

ரொம்ப உபயோகமாக இருக்கிறது. நம்மை விட எத்தனையோ பேர் அதிக கஷ்டப்படுகிறார்கள் என்று தெரிகிறது.''

ராணி புன்னகையுடன் இடது கையால் அவள் தோளைத் தட்டினாள். ''சின்ன வயசிலேயே ரொம்ப விவேகமாகப் பேசுகிறீர்கள். அவர்கள் போன பிறகுதான் இந்த உத்யோகத்துக்கு வந்தீர்களா?''

''ஆமாம். அப்பா அதிகம் பணம் வைத்துவிட்டுப் போகவில்லை. என்னுடைய அதிர்ச்சியை மறப்பது எப்படி என்று புரியவில்லை. மற்றவர்களுக்கு உபயோகமாக இருப்பதில்தான் என் துக்கத்தை மறக்க முடியும் என்று தோன்றிற்று. டாக்டருக்குப் படிக்க வேண்டும் என்று ஆசை. ஆனால் வசதியில்லை. அதனால் நர்ஸ் வேலையில் சேர்ந்தேன்.''

''உங்களுக்கு என்ன வயது என்று தெரிந்து கொள்ளலாமா?''

''இருபத்துநாலு.''

''அதற்குள் நிறைய கஷ்டம், அனுபவித்துவிட்டீர்கள்.''

''நிறைய,'' என்றாள் ஆர்த்தி உணர்ச்சி இல்லாமல்.

சாப்பிட்டு விட்டு எழுந்திருக்கையில் ஆர்த்தி சொன்னாள். ''என்னை நீங்கள் ஆர்த்தி என்றே கூப்பிடுங்கள்.''

ராணி இதமாகச் சிரித்தாள். எந்தவிதக் கேள்வியும் கேட்காமல், ''சரி,'' என்றாள்.

இருவரும் அமர்ந்து பேசிக் கொண்டிருக்கையில் கடிகாரம் ஒன்பது முறை அடிப்பதைக் கேட்டு ஆர்த்தி திடுக்கிட்டாள் தன் கைக் கடிகாரத்தைப் பார்த்துவிட்டு. ''என்ன இது! என் கடிகாரம் பத்து நிமிஷம் ஸ்லோவாகப் போகிறதா, இல்லை, உங்களது வேகமாகப் போகிறதா?'' என்றாள்.

''இல்லை,'' என்று சிரித்தாள் ராணி. ''இது நேபாள் டைம். இந்திய டைமைவிட பத்து நிமிஷம் கூடுதலாக இருக்கும்.''

"அப்படியா?" என்று வியந்தபடி ஆர்த்தி கடிகாரத்தை நேபாள் நேரத்துக்குச் சரி செய்து கொண்டு எழுந்தாள். "நான் போகிறேன் ராணாவின் அறைக்கு. அவரைப் படுக்க வைக்க வேண்டிய சமயத்தில் சமையல்காரனையோ பஹதுரையோ அனுப்புங்கள். செளகரியமாயிருக்கும்."

"சரி..."

சமையல்காரன் சாப்பாட்டைச் சூடாக வைத்திருந்தான் ஒரு டிரேயில். அவள் அதை எடுத்துக்கொண்டு ராணாவின் அறைக்குப் போனாள்.

ராணா மறுபடியும் முகத்தைப் பத்திரிகைக்குள் மறைத்துக் கொண்டிருந்தான். அவன் சாப்பாட்டைப் பக்கத்து மேஜையில் வைக்கும் சத்தம் கேட்டு அவன் சடக்கென்று பத்திரிகையைக் கீழே இறக்கினான்.

அவள் அவனைப் பார்த்து லேசாகப் புன்னகை புரிந்தாள். அவன் புன்னகைக்கவில்லை. அவளை வியப்புடன் பார்க்கிற மாதிரி இருந்தது.

"சாப்பிடுகிறீர்களா?" என்று அவள் கேட்டாள் மென்மையாக.

அவன் அதற்குப் பதில் சொல்லாமல், "சமையல்காரன் எங்கே போனான்?" என்றான்.

"அவன் எங்கேயும் போகவில்லை. நான் இன்றிலிருந்து என் ட்யூட்டியைத் தொடங்குகிறேன்."

"ஓ?" என்றான் அவன் எகத்தாளமாக.

அவள் அதைச் சட்டை செய்யாமல் அவனுக்குச் செளகரியமாக படுக்கை மேல் ஒரு சின்ன மேஜையை வைத்துத் தட்டை வைத்தாள்.

"நீங்கள் எவ்வளவு சாப்பிடுகிறீர்கள் என்று நான் பார்க்கமாட்டேன். பார்த்தாலும் யாரிடமும் சொல்லமாட்டேன். ப்ராமிஸ்." என்றாள் சிரித்துக் கொண்டே.

அவனது அதரங்களில் லேசான புன்னகை தெரிந்தது. அவன் ஏதும் சொல்லாமல் சாப்பிட ஆரம்பித்ததே பெரிய காரியம் என்று தோன்றிற்று. அவன் சாப்பிடட்டும் என்று நினைத்தபடி அவள் கட்டிலிலிருந்து சற்றுத் தள்ளி இருந்த ஜன்னலுக்கு அருகில் சென்று திரையை விலக்கினாள். லேசாகக் குளிர்ந்த காற்று வீசிற்று. தூரத்தில் ஃபாக்டரி விளக்குகள் தெரிந்தன.

"நாளைக்கு உங்கள் கட்டிலை ஜன்னலுக்கருகில் போடட்டுமா?" என்று அவள் கேட்டாள்.

ஏன் என்கிற மாதிரி அவன் அவளைப் பார்த்தான்.

"வெளி உலகத்தின் அழகை நீங்கள் பார்க்க வேண்டாமா?"

"வெளி உலகத்துக்கும் எனக்கும் தொடர்புபோய் ரொம்ப நாளாகிவிட்டது. எனக்கும் அதற்கும் தொடர்பு இருக்க வேண்டும் என்றுகூட இங்கு ஒருவருக்கும் நினைப்பில்லை," என்றான் அவன். அவன் குரலிலிருந்த வெறுப்பைக் கண்டு அவள் திடுக்கிட்டாள்...

ஆர்த்தி சற்று நேரம் பேசாமல் இருந்தாள். ராணாவின் குரலிலிருந்த வெறுப்பும் கோபமும் மிக ஆழமானது என்று புரிந்தபோது திகைப்பாக இருந்தது. அவனை நினைக்கப் பாவமாக இருந்தது. புதிதாக எழுந்த கோபத்தில் அவன் எங்கே சாப்பாட்டை நிறுத்தி விடுவானோ என்றிருந்தது. அவள் பேசாமல் வெளியில் இருந்த இருட்டைப் பார்த்தபடி சற்று நேரம் நின்றாள். பிறகு அவன் சாப்பிட்டு விட்டான் என்று உணர்ந்து அவனருகில் சென்று தட்டையும் மேஜையையும் அகற்றினாள்.

குடிப்பதற்கு அவள் கொடுத்த நீரைப் பருகாமல் அவன் அதைக் கையில் பிடித்தபடி எங்கோ பார்வையைச் செலுத்தியபடி யோசனையில் ஆழ்ந்திருந்தான். அவள் அவனுடைய யோசனையைக் கலைக்க விரும்பாமல் மெளனமாக அவனிடம் விட்டமின் மாத்திரையைக் கொடுத்தாள். அவன் திடுக்கிட்டு விழித்தவன் மாதிரி அதை வாயில் போட்டுக்கொண்டான். பிறகு அவளைப் பார்த்துச் சொன்னான்.

"வெறும் கட்டிலை நகர்த்தி ஜன்னலுக்கருகில் போட்டு விடுவதனால் நான் வேறு மனுஷனாகி விடப்போவதில்லை. வெளியுலகத்தைப் பார்க்கப் பார்க்க என்னுடைய இயலாமை இன்னும் அதிகமாக என்னைக் கஷ்டப்படுத்தும். என்னுடைய

நிலைமை இன்னும் மோசமாகிப் போகும். என்னுடைய மென்டல் டிப்ரெஷனைக் கண்டு நானே பயப்படுகிறேன்.''

ஆர்த்தி மென்மையாகச் சிரித்தாள். ''மென்டல் டிப்ரெஷன் என்பது நம்முடைய கற்பனை. நம்மை நாமே ஏமாற்றிக்கொள்ள உபயோகப்படுத்தும் ஒரு வார்த்தை. அந்த மாதிரி ஒரு நிலை ஏற்படாமல் இருப்பதும் நம் கையில்தான் இருக்கிறது.''

''ரொம்பச் சுலபமாகச் சொல்லிவிட்டீர்கள். என்னை மாதிரி ஆறு மாதமாகப் படுத்திருந்தால்தான் என் மனநிலை புரியும்.''

ஆர்த்தி பொறுமையோடு மெல்லச் சொன்னாள். ''நீங்கள் நான் சொல்வதைத் தயவு செய்து நம்ப வேண்டும். உங்களைவிட மோசமான கேஸ்களை நான் பார்த்திருக்கிறேன். ஆறு மாதங்களுக்குள் சரியாகியிருக்கிறார்கள். நீங்கள் இப்படிப் படுத்திருப்பது ஆச்சரியமா இருக்கிறது. நீங்கள் உங்களைச் சரியாகக் கவனித்துக் கொள்ளவில்லை என்று தோன்றுகிறது. காட்மண்டுவில்தான் நல்ல வைத்திய வசதி இருக்கிறதென்றால் அங்கேயே தங்கி வைத்தியம் செய்து கொண்டிருக்க வேண்டும்.''

'உனக்கு நான் சொல்வது புரியாது,' என்கிற மாதிரி ஒருவித ஆயாசத்தோடு அவன் அவளைப் பார்த்தான். தலையைப் பின்புறம் சாய்த்துக்கொண்டு கண்களை மூடிக் கொண்டான். பிறகு தனக்குத் தானே சொல்லிக் கொள்கிறமாதிரி சொன்னான். ''என்னால் காட்மண்டுவில் நாள் கணக்கில் இருக்கமுடியாது. என் ஃபாக்டரி சங்கு ஊதுவதைக் கேட்காவிட்டால் எனக்குத் தூக்கமே வராது...''

அவன் குரலில் ஒரு சோகம் இழையோடிற்று. இவன் எவ்வளவு தூரம் புண்பட்டுப் போயிருக்கிறான் என்று அவள் நினைத்துக் கொண்டாள். பொறுப்புக்கள் உடைய ஒரு முதலாளி இளம் வயதில் முதுகை ஒடித்துக்கொண்டு படுத்திருக்க நேர்ந்தது எத்தனை வேதனை தரும் விஷயம் என்று அவள் நினைத்துக் கொண்டாள்.

அவள் மெதுவாகச் சொன்னாள். "எனக்கு உங்கள் செண்டிமென்ட் புரிகிறது. இருந்தாலும் இப்படி நிரந்தரமாகப் படுத்திருப்பதில் என்ன லாபம்?"

அவன் அலுப்புடன் முகத்தைச் சுளித்தான். "ஓ நர்ஸ்! யூ டோன்ட் அண்டர்ஸ்டாண்ட், என்னால் திருப்பி நடக்க முடியும் என்கிற நம்பிக்கையே எனக்கு இல்லை. அதனால்தான் உயிருள்ளவரை சொந்த ஊரிலேயே இருக்க வேண்டும் என்று ஆசைப்படுகிறேன்."

அவளுக்கு அவனுடைய அலுப்பு வியப்பைத் தந்தது. இத்தனை சின்ன வயதில் ஓர் எலும்பு முறிவினால் பாதிக்கப்பட்டு அவன் விரக்தியுடன் இனிமேல் வாழ்வேயில்லை என்கிற மாதிரிப் பேசுவது அபத்தமாகப்பட்டது.

"ஏன் அப்படிச் சொல்கிறீர்கள்?" என்றாள் அவள். "சில சமயம் ஸர்ஜரியின் மூலம் இதைச் சரிப்படுத்தலாம். டாக்டர் என்ன சொன்னார்?"

அவன் முகத்தைக் கடுகடுவென்று வைத்துக் கொண்டான். "டாக்டர் என்ன வேண்டுமானாலும் சொல்லிக்கொள்ளட்டும். நான் ஸர்ஜரிக்கு உடன்படமாட்டேன்."

அவள் ஏனென்று கேட்கவில்லை. மற்றதைச் சொன்ன மாதிரி இதையும் சொல்வான் என்று எதிர்பார்த்தாள்.

அவன் விட்டத்தைப் பார்த்தபடி சொன்னான். "என்னுடைய தந்தை ஒரு ஸர்ஜரியின் போதுதான் இறந்து போனார், காட்மண்டுவில்..."

அவன் ஒரு சின்னப் பையன் மாதிரி இத்தகைய ஓர் எண்ணத்தையும் பயத்தையும் மனத்தில் வைத்துக்கொண்டிருப்பது அவளுக்கு அதிர்ச்சியாக இருந்தது. அவள் ஒன்றுமே சொல்லாமல் இருந்தாள். அவனை மெல்ல மெல்லத்தான் சரிப்படுத்த வேண்டும் என்று நினைத்துக் கொண்டாள். சரியாவானா? எத்தனை நாட்கள் என்று அவளால் தங்க முடியும் இங்கு?

பஹதூர் உள்ளே நுழைத்தான்.

ஆர்த்தி ராணாவைப் பார்த்துச் சொன்னாள். ''உங்கள் படுக்கையைச் சரிசெய்து போடுகிறோம். உங்களுக்கு வேறு நைட் ட்ரெஸ் போட்டுவிடட்டுமா?''

''வேண்டாம்,'' என்றான் ராணா. ''எனக்கு எப்பொழுதுமே நைட் ட்ரெஸ்தான். காலையில் போட்டுக் கொண்டதை இரவில் மாற்றுவதில்லை.''

''அப்படியானால் சரி. ஆனால் முதுகுப்புறத்துக்கெல்லாம் பவுடர் போட்டுவிடுகிறேன். செளகரியமாக இருக்கும்...''

''ஓகே. ஓகே,'' என்றான் சலிப்புடன்.

தலைப்பக்கமாக உயர்த்தியிருந்த கட்டிலை அவள் கீழிறக்கிச் சமப்படுத்தினாள். பக்கவாட்டில் அவன் உடம்பை லேசாக நகர்த்தியபோது அவன் வேதனையில் முனகினான். சுபாவத்தில் நல்ல வெளுப்பாக இருந்த அவன் உடம்பு முதுகுப்புறத்தில் செக்கச்செவேல் என்றிருந்தது. அவள் கையில் பவுடரை எடுத்துக் கொண்டு லேசாகத் தடவினாள்.

போர்வையை எடுத்து அவன்மேல் போர்த்தியபடியே அவள் புன்னகையுடன் கேட்டாள்.

''காலையில் எப்பொழுது விழித்துக் கொள்வீர்கள்?''

''டீ வந்தவுடன்.''

''செவன்?''

''நோ. செவன் தர்ட்டி.''

''சரி. நான் செவன் தர்ட்டிக்கு வருகிறேன். குட்நைட்.'' அவள் மறுபடி கனிவுடன் புன்னகைத்தாள்.

''குட்நைட்,'' என்றான் அவன் கடுகடுப்பில்லாமல், ராணியை எங்கும் காணவில்லை. படுக்கப் போயிருப்பாள் என்று ஆர்த்தி நினைத்துக் கொண்டாள். தன் அறைக்குச் சென்று கதவைச் சாத்திக்கொண்டு நைட் கவுனை அணியும்போது

ஆயாசமாக இருந்தது. வேலை தொடங்கிவிட்டது என்கிற உணர்வு ஏற்பட்டது. இதுவரை அவள் எங்கும் போய் ஒருவர் வீட்டிலும் இருந்ததில்லை. ஐந்து வருடங்களாக ஆஸ்பத்திரி உண்டு. ஹாஸ்டல் உண்டு என்று இருந்தவளுக்கு இது ஒரு நூதன அனுபவம். ஒரு பிரத்தியேகமான பேஷண்டுடன் நாள் முழுவதும் இருக்க வேண்டிய அனுபவம்... அவனது கோபதாபங்களை, மனத்தின் பலவீனங்களைப் பரிசீலனை செய்து சமாளிக்க வேண்டிய அனுபவம்... முடிந்தவரையில் அவன் உடலில் குணம் ஏற்படுத்த வேண்டிய அனுபவம்... இதில் எவ்வளவு தூரம் அவளுக்கு வெற்றி கிடைக்கப் போகிறது? ராணாவின் களை பொருந்திய முகமும் பளபளக்கும் கண்களும் மனத்தில் நிழலாடின. துருதுருத்துக் கொண்டு பொறுமையில்லாமல் அலையும் மனசைக் கொண்டவன் இப்படிப் படுத்திருப்பது எத்தனை அநியாயம் என்று அவளுக்குத் தோன்றிற்று.

எப்படியாவது அவனைக் குணப்படுத்த வேண்டும். கொஞ்சமாவது உட்காரும் நிலைக்காவது... அதுவும் முடியாவிட்டால் மனசையாவது சரிசெய்ய வேண்டும். இதில் எது முடியப் போகிறது அவளால்? அவள் வெகுநேரம் தூக்கம் வராமல் புரண்டு கடைசியில் தூங்கினாள்.

காலையில் சுரீரென்று வெய்யில் முகத்தில் பட்டதும் அவள் திடுக்கிட்டு எழுந்தாள். கடிகாரத்தில் மணி ஏழாகியிருந்தது. அவள் அவசரம் அவசரமாக எழுந்தாள். பல் துலக்கி முகம் கழுவிக்கொண்டு வந்து வெள்ளைப் புடவையையும் ரவிக்கையையும் அணிந்து கொண்டாள்.

சமையலறைக்குச் சென்று சமையல்காரனிடம் ராணாவின் டீக்குத் தயார் செய்யும்படி சொன்னாள்.

சமையலறை ஒரே அவந்தரையாக இருந்தது. அதைக் கண்டும் காணாதமாதிரி அங்கிருந்த நாற்காலியில் சென்று அமர்ந்து கொண்டாள். 'இவர்களது வாழ்க்கைமுறைக்கும்

எனக்கும் சம்பந்தமில்லை. நான் இங்கு இருக்கப்போவது கொஞ்ச நாட்களுக்கு' என்று சொல்லிக் கொண்டாள்.

சமையல்காரன் சிரித்த முகத்துடன் அவளுக்கு டீ கொண்டு வந்து கொடுத்தான். "இந்தாருங்கள் டீ. உங்களுடையது சிரமமான வேலை. உங்களுக்கு எப்பொழுது டீ வேண்டுமானாலும் இங்கே என்னை வந்து கேட்கலாம். நான் போட்டுத் தருவேன்." என்றான்.

அவனுடைய பிரியமான மரியாதை மிகுந்த பேச்சு அவளுக்கு ஆச்சரியமாக இருந்தது. அவனுடைய ஹிந்தி கொச்சையாக நேபாள வாடையோடு இருந்தது.

"உங்களுக்கு ஹிந்தி எப்படித் தெரியும்?"

"நான் முன்பு இந்தியாவில் இருந்தேன். பட்டாளத்தில் வேலை பார்த்தேன் பத்து வருஷம். இங்கே பொதுவாக எல்லோருக்கும் கொஞ்சம் ஹிந்தி வரும்."

அது வாஸ்தவம்தான் என்று அவளுக்குத் தோன்றிற்று. இதுவரை அவள் பார்த்த எல்லோருமே ஹிந்தி பேசினார்கள். ராணா வெகு சுத்தமாக ஆங்கிலமும் பேசுவது அவளுக்கு ஞாபகத்திற்கு வந்தது.

அவள் டீ குடித்து முடிக்கக் காத்திருந்தவன் போல் சமையல்காரன், "ராணா ஸாப்புக்கு டீ தயாராகிவிட்டது மேம் ஸாஹப்," என்றான்.

ட்ரேயில் பீங்கான் கெட்டிலும், கோப்பையும் பளபளத்தன. ட்ரேயின் மேல் சலவை செய்த விரிப்பு இருந்தது. சமையல்காரனுக்கு நல்ல ட்ரெயினிங் இருக்கிறது என்று அவள் நினைத்துக் கொண்டு எழுந்தாள்.

"ட்ரேயை நான் கொண்டு வரட்டுமா?" என்றான் அவன்.

டீ ஆறிவிடாமல் இருக்கக் கெட்டிலின் மேல் ஒரு பூ போட்ட கம்பளி உறையை மாட்டிக் கொண்டே ஆர்த்தி, "வேண்டாம். நானே எடுத்துக்கொண்டு போகிறேன்," என்றபடி கிளம்பினாள்.

கூடத்துக் கடிகாரம் ஏழரை அடித்தது. அவள் ராணாவின் அறைக்குள் நுழைந்தாள்.

எங்கேயோ பார்வையைப் பதித்தபடி ராணா படுத்திருந்தான். அவன் விழித்துக் கொண்டு வெகுநேரம் ஆகியிருக்க வேண்டும் என்று அவள் நினைத்துக் கொண்டாள். அவன் தூங்குவது மிக சொற்ப நேரந்தான் என்று நினைக்கையில் ஒரு பரிதாப உணர்வு மனத்தை நிறைத்தது. "குட் மார்னிங்," என்றாள் அவள் புன்னகையுடன்.

அவன் சட்டென்று திரும்பினான். அவளைப் பார்த்ததும் அந்தக் கண்களில் லேசாகக் குறும்பு தெரிந்தது.

"குட்மார்னிங்." என்று லேசாகச் சிரித்தான். சிவந்த உதடுகளுக்கிடையே வரிசையாகப் பல் தெரிந்தது.

"இன்றைக்கு ஃபார்மலாக ட்யூட்டியில் சேருகிறீர்களா? யூனிஃபார்மில் வந்திருக்கிறீர்களே?"

"ஆமாம்," என்று ஆர்த்தி லேசாகச் சிரித்தாள். "யூனிஃபார்மில் இல்லாவிட்டால் எனக்கும் மற்றவர்களுக்கும் வித்தியாசம் தெரியாமல் போய்விடும்."

"நான் நோயாளி என்று ஞாபகப்படுத்திக் கொண்டேயிருக்கப் போகிறீர்களா?"

அவள் மென்மையாகச் சிரித்தாள். "உங்களுக்குப் பணிவிடை செய்ய நான் வந்திருக்கிறேன் என்று என்னையே ஞாபகப்படுத்திக்கொள்ள இந்த ட்ரெஸ்."

"எனக்கு உங்களை வேறு உடையில் பார்க்க வேண்டும் என்று ஆசை ஏற்பட்டால்?"

அவள் துணுக்குற்று அவனைப் பார்த்தாள். பிறகு சிரித்தாள். "ஒரு நர்ஸைப் பார்த்து அந்த மாதிரியெல்லாம் நீங்கள் ஆசைப்படக்கூடாது."

அவன் முகம் சட்டென்று இருண்டு போனாற்போல ஆயிற்று. "நான் இனிமேல் யாரையும் பார்த்து அப்படியெல்லாம் ஆசைப்படக் கூடாது, இல்லையா?"

அவனிடம் எதைச் சொன்னாலும் விபரீதமாகத்தான் எடுத்துக் கொள்வான் என்று அவள் நினைத்துக் கொண்டாள். அவள் பேச்சை மாற்ற எண்ணி "பெட் டியா, இல்லை, பல் தேய்த்துவிட்டுக் குடிக்கிறீர்களா?" என்றாள்.

"நீங்கள் சொல்கிறபடி கேட்கிறேன்," என்றான் அவன் நல்ல பிள்ளை மாதிரி.

"குட்" என்று அவள் சிரித்துக் கொண்டே தலைப்பக்கம் உயர்த்தினாள் கட்டிலை. பல் தேய்க்க அவனுக்கு உதவிய பின் டீயைக் கோப்பையில் ஊற்றிக் கொடுத்தாள்.

"டாக்டர் எப்பொழுது வருவார் சாதாரணமாக?"

"சாதாரணமாக அவர் ஒன்பது மணிக்கு வருவார்."

"அப்படியானால் அவர் வருவதற்கு முன்னால் உங்களுக்கு உடம்பைத் துடைத்து ஸ்பஞ்ச் பாத் கொடுக்கட்டுமா?"

அவன் யோசனையுடன் அவளைப் பார்த்தான். பிறகு லேசாகச் சிரித்தான். "இதுவரை இருந்த நர்ஸ்களெல்லாம் கிழங்கள். கொஞ்ச நாட்களாக நர்ஸே இல்லை. சமையல்காரன்தான் எல்லாம் செய்வான். உங்களிடம் நான் எப்படித் துடைத்துக் கொள்வது?"

ஆர்த்தியின் முகம் லேசாகச் சிவந்தது. "நீங்கள் என்னை ஒரு நர்ஸ் என்று நினைக்க வேண்டுமே தவிர நான் ஒரு இளம் பெண் என்பதையே மறந்துவிட வேண்டும்..."

அவன் சிரித்தான். "எப்படி? நீங்கள் இப்படி ரத்தமும் சதையுமாக எதிரில் அழகாக நிற்கும்போது நான் உங்களை வேறு எப்படி நினைக்க முடியும்? நர்ஸ் என்று நினைத்தாலும் இவள் ஒரு அழகிய இளம் நர்ஸ் என்றுதானே நினைப்பேன்?"

ஆர்த்தியின் முகம் இன்னும் சிவந்தது. "என்னைப் பொறுத்தவரை நீங்கள் வெறும் பேஷண்ட். நீங்கள் ஒரு ஆண் என்கிற நினைப்பே எனக்கு இருக்காது," என்றாள்.

**ரா**ணா அவளுக்குப் பதில் சொல்லாமல் பேசாமல் இருந்தான். ஆர்த்தி மௌனமாக ட்ரேயை அப்புறப்படுத்தி அறையைச் சுத்தம் செய்ய ஆரம்பித்தாள். மேஜை மேல் இருந்தவற்றையெல்லாம் தூசு தட்டி ஒழுங்குப்படுத்தினாள். ஒரு மூலையில் பூ வைக்கும் கிண்ணம் தூசி படிந்து கிடந்தது.

ராணா மறுபடி ஒரு பத்திரிகையைத் தூக்கி வைத்துக்கொண்டான். அவள் பூக்கிண்ணத்தைப் பக்கத்து பாத்ரூமில் கழுவித் தண்ணீர் நிறைத்துக் கொண்டுவந்து மேஜை மேல் வைத்தாள்.

"இதோ வருகிறேன்," என்று ராணாவிடம் சொல்லிவிட்டுத் தோட்டத்திற்குச் சென்றாள். தோட்டத்தில் வகைவகையான ரோஜாப் பூக்கள் இருந்தன. ராணாவுக்குத் தோட்டத்தில் நிறைய ஆர்வம் இருக்க வேண்டும் என்று தோன்றிற்று. அப்படியிருப்பவனுக்குத் தோட்டம் தெரியும்படிகூடக் கட்டிலைப் போடாமல் ஒரு மூலையில் போட்டிருப்பது அவளுக்கு அநியாயமாகப்பட்டது. அவள் மூன்று பெரிய மஞ்சள் ரோஜாக்களையும் சில அலங்கார இலைகளையும் பறித்துக்கொண்டு திரும்பினாள். 'ட' வடிவத்தில் இருந்த அந்தப் படிகளில் ஏறுகையில் ராணாவைக் கஷ்டப்பட்டுத் தூக்கிக்கொண்டு போய் மாடியில் வைத்திருப்பது அவளுக்கு

ஆச்சரியமாக இருந்தது. தன்னைப் பலவந்தமாக எல்லாரும் சிறைப்படுத்தி வைத்திருப்பதாக அவன் கசப்புடன் பேசுவதில் ஏதும் தப்பில்லை என்று அவள் நினைத்துக்கொண்டாள். ஒரு வினாடி அந்த எஸ்டேட் ஏஜண்டுடன் ராணி ஏதோ நேபாளியில் ரகசியமாகப் பேசியதும் பிறகு முகம் இருண்டு போனதும் ஞாபகத்திற்கு வந்தது. மனசில் ஏதோ குறுகுறுத்தது. ராணாவுக்குத் தெரியாமல் ஏதோ காரியம் நடக்கிறது என்று தோன்றிற்று.

சட்டென்று ஆர்த்தி தன்னை சமாளித்துக்கொண்டாள். 'நான் வெறும் நர்ஸ். சொற்ப காலத்துக்காக வேலைக்கு வந்திருப்பவள். இவர்களுக்கும் எனக்கும் ஏதும் சம்பந்தமில்லை. ராணாவின் உடலைப் பார்த்துக்கொள்ள வேண்டியதுதான் என் வேலை. அவனது பிரச்சினைகளையல்ல...'

அவள் பூக்களை ஏந்தியபடி ராணாவின் அறையில் நுழையும்போது ராணா பத்திரிகையைக் கீழே வைத்துவிட்டு அவளை வியப்புடன் பார்த்தான். கண்களில் லேசாகக் குறும்பு தெரிந்த மாதிரி இருந்தது. சிவந்த உதடுகளில் ஒரு பளபளப்புத் தெரிந்தது. அவனை அந்த வினாடி பார்க்கையில் அவள் மறுபடியும் தன்னையுமறியாமல் நினைத்துக் கொண்டாள். இவன் மனத்தைச் செய்யனி வேண்டும். அதற்கு இதமளிக்க வேண்டும். மனம் சரியானால் தானாகவே அவனுக்குக் குணமேற்படும்...

அவள் யோசனையுடன் பூச்சாடியில் பூக்களை வைத்துவிட்டுத் தூரத்தில் நின்று அதை அழகு பார்த்தாள்.

"குட்" என்ற குரல் கேட்டு அவள் திடுக்கிட்டுத் திரும்பினாள்.

ராணா அவளைப் பார்த்துச் சிரித்தான். "ரொம்ப நன்றாக வைத்திருக்கிறீர்களே?"

அவள் சங்கோஜத்துடன், "தாங்க்ஸ்," என்றாள்.

அவன் அவளை உற்றுப் பார்த்தான். "என்னை உற்சாகப்படுத்தப் பார்க்கிறீர்களா?"

"எக்ஸாக்ட்லி," என்றாள் அவன் மறுக்காமல்.

"இதனால் எனக்கு உற்சாகம் வந்துவிடும் என்று நினைக்கிறீர்களா?"

"கண்டிப்பாக," என்றாள் அவள். "இல்லாவிட்டால் நீங்கள் 'குட்' சொல்லியிருக்க மாட்டீர்கள்."

"அது ஓர் அழகிய பெண்ணைப் பார்க்கும் போதுகூட எனக்கு ஏற்படுகிறதே?"

அவனது விதண்டாவாதம் புரிந்தும் அவள் சிரித்துக்கொண்டு சொன்னாள். "அது அபாயகரமானது. ஃப்ளவர்ஸ் ஆர் ஹார்ம்லெஸ்..."

அவன் பெரிதாகச் சிரித்தான்.

அப்பொழுது பஹதூர் வந்து நின்றான். "வா பஹதூர், கட்டிலை அந்தப் பக்கம் பிடித்துக்கொள்," என்றபடி ஆர்த்தி மறுபக்கம் ராணா படுத்திருந்த கட்டிலைப் பிடித்துக்கொண்டாள்.

ராணா திடுக்கிட்டு, "எதற்கு?" என்றான்.

ஆர்த்தி அவன் அனுமதியையே கேட்காமல், "ஜன்னல் பக்கம் உங்கள் கட்டிலைப் போடப் போகிறேன்." என்றாள்.

ராணாவின் முகத்தில் சுரீரென்று கோபம் தெரிந்தது. "நான் அதற்கு மறுத்தால்?" என்றான் ஆங்கிலத்தில்.

"மறுக்கமாட்டீர்கள்", என்றாள் அவள் திடமாக. "தினமும் உங்கள் ஃபாக்டரியின் சங்கைத்தான் கேட்கிறீர்கள். இங்கிருந்து உங்கள் ஃபாக்டரியே கண்ணுக்குத் தெரியும்." பேசிக்கொண்டே அவளும் பாஹதூரும் கட்டிலை நகர்த்துகையில் ராணா,

"நோ! நோ!" என்று கத்தினான். ஜன்னலருகில் கட்டில் வந்ததும் அவன் கண்களை மூடிக்கொண்டு கத்தினான். "நோ. டேக் மீ பேக். பழைய இடத்திலேயே போடுங்கள்!"

அவள் பஹதூரைப் போகச் சொன்னாள். ஜன்னல் பக்கத்தில் இருந்த திரையை நன்றாக விலக்கினாள்.

அவள் மெதுவாக அவனிடம் சொன்னாள், "மிஸ்டர் ராணா. அதோ பாருங்கள். உங்கள் வயல்கள் எல்லாம் பச்சைப் பசேலென்று எவ்வளவு அழகாக இருக்கிறது. பாருங்கள், உங்கள் ஃபாக்டரி தொடங்கிவிட்டது. சிம்னியிலிருந்து புகை வருகிறது."

அவன் ஜன்னலுக்கு வெளியே தெரிந்த காட்சியை வெறித்துப் பார்த்தபடி உட்கார்ந்திருந்தான். கண்களில் ஒரு பளபளப்புத் தெரிந்தது ஒரு வெறி தெரிந்தது. ஒரு தாகம், ஒரு ஏக்கம் தெரிந்தது. அவன் திடீரென்று உடைந்து போனவன் மாதிரி அழுதான் கைகளால் கண்களை மூடிக்கொண்டு. ஆர்த்தி பதறிப்போய் அவனருகில் சென்றாள். அவனது தோளை மெல்லப் பற்றினாள்.

"ஓ. ப்ளீஸ்... அழாதீர்கள். ப்ளீஸ்!" என்றாள். "வாட் இஸ் தி மேட்டர்?"

அவன் சட்டென்று தன்னைச் சமாளித்துக் கொண்டான். கண்களை மூடிய கைகளை எடுத்துவிட்டு அவளைப் பார்த்தபோது அதில் கோபம் தெரிந்தது. "என்னுடைய இயலாமையை ஒவ்வொரு வினாடியும் எனக்கு ஞாபகப்படுத்த இங்கே படுக்க வைத்திருக்கிறீர்களா?" என்றான்.

அவள் மென்மையாகச் சிரித்தாள். "சீக்கிரம் உடம்பை சரிசெய்துகொள்ள வேண்டும் என்கிற ஆசை உங்களுக்கு ஏற்பட வேண்டும். தினமும் உங்கள் சொத்தை நீங்கள் இங்கிருந்து பார்க்கும்போது எழுந்து நடமாட உங்களுக்கு ஆத்திரம் ஏற்படாதா?"

அவன் நம்பிக்கையில்லாதவன் போல் தலையை அசைத்துவிட்டு மறுபடி தன் பார்வையை வெளியில் செலுத்தினான்.

டாக்டர் வந்துவிடுவார் என்ற பரபரப்புடன் ஆர்த்தி அவனுடைய படுக்கையை ஒழுங்கு செய்தாள். துண்டை ஈரமாக்கிக்கொண்டு வந்து அவனுடைய முகத்தைத் துடைத்தாள். தலையை வாரிவிட்டுத் தலைப்பக்கம் கட்டிலை

உயர்த்தி வைத்தாள். அவன் எல்லாவற்றிற்கும் பேசாமல் இருந்தான் ஏதோ யோசனையில் லயித்த மாதிரி.

வெளியில் குரல்கள் கேட்டன. அவள் காத்திருந்தாள்.

"ஹலோ! குட்மார்னிங்," என்று உற்சாகமாக அழைத்தபடி டாக்டர் உள்ளே நுழைந்தார். அவர் பின்னால் ராணி வந்தாள்.

"உங்களைப்பற்றி தேஜ் பஹதூர் ராணா நிறையச் சொன்னார் ஆர்த்தோபிடிக் செக்ஷனிலேயே வேலை பார்த்தீர்களாமே?" என்றார் டாக்டர்.

"ஆமாம்."

"அப்பொழுது இந்த மாதிரி கேஸ் எல்லாம் நிறையப் பழக்கம் இருக்கும்?"

"ஆமாம்."

ராணி கலவரத்துடன் ஆர்த்தியைப் பார்த்தாள். ஜாடை காட்டி வெளியில் அழைத்தாள்.

ஆர்த்தி வெளியில் வந்ததும் பரபரப்புடன் கேட்டாள். "எதற்கு கட்டிலை மாற்றினீர்கள்?"

ராணியின் கவலை ஆர்த்திக்கு வியப்பைத் தந்தது. அவள் நிதானமாக ராணியையப் பார்த்துக் கேட்டாள்: "உங்கள் பிள்ளைக்குக் குணமாக வேண்டுமா வேண்டாமா?"

"இது என்ன கேள்வி கேட்கிறீர்கள்?"

"குணமாக வேண்டுமென்றால் அவருக்குக் குணமாக்கிக்கொள்ள ஆசை வரவேண்டும். தனக்குச் குணமே ஆகாது என்கிற நிராசை போக வேண்டும். இந்த ஜன்னல் வழியாக வெளியே தினமும் பார்த்தால் பழையபடி எப்படியாவது ஆக வேண்டும் என்று ஒரு தீவிரம் ஏற்படும்..."

டாக்டர், ராணாவைப் பரிசோதித்து முடித்திருந்தார்.

அவளைப் பார்த்ததும் சொன்னார் "இது ஸர்ஜரியின் மூலம்தான் சரிப்படுத்த முடியும். காட்மாண்டுவில் இப்பொழுது

புதிதாக ஒரு ஆர்த்தோபீடிக் ஸர்ஜன் வந்திருக்கிறார். அமெரிக்காவில் ட்ரெயினிங் ஆகியிருக்கிறது. சீக்கிரம் காட்மாண்டுவிற்கு ட்ரீட்மெண்டுக்குப் போவது நல்லது.'' என்று சொல்லிவிட்டு ராணாவைப் பார்த்துச் சிரித்துக் கொண்டே கேட்டார். ''மிஸ் ஆர்த்திக்கு நேபாளிலும் வைத்திய வசதி உண்டு என்று காண்பிக்க வேண்டாமா?''

ராணா சிரிக்காமல் பார்வையை வெளியே செலுத்தியபடி சொன்னான். ''நான் அதற்காக ஒரு 'கின்னி பிக்' ஆக முடியாது.''

டாக்டர் ஆயாசத்தோடு சொன்னார். ''நீங்களாக ஏன் அப்படி நினைத்துக் கொள்கிறீர்கள்? நம்பிக்கை வைத்தால் கண்டிப்பாகக் குணம் தெரியும். இந்த மாதிரி ஒரு சின்ன ஊரில் உட்கார்ந்து கொண்டிருந்தால் ஆயுள் முழுவதும் இந்தக் கட்டிலில் படுத்திருக்க வேண்டியதுதான். உங்களுக்குப் பிளேனில் போய் நிறையச் செலவழித்து வைத்தியம் செய்துகொள்ள வசதி இருக்கிறது. நீங்கள் பிடிவாதத்தால் குணப்படுத்திக் கொள்ளமாட்டேன் என்கிறீர்கள். யோசித்து நாளைக்குப் பதில் சொல்லுங்கள். நான் காட்மாண்டு ஆஸ்பத்திரியுடன் தொடர்புகொண்டு ரூமுக்கு ஏற்பாடு செய்கிறேன்,'' என்று கூறிவிட்டு வெளியில் கிளம்பினார்.

ஆர்த்தியும் அவருடன் படியிறங்கிப் போனாள்.

அவர் அவளிடம் மெல்லச் சொன்னார்: ''நீங்கள்தான் ராணாவை எப்படியாவது சரி செய்ய வேண்டும். ஆபரேஷன் செய்யாவிட்டால் அவருக்குச் சரியாகும் என்று தோன்றவில்லை. வீட்டை விட்டு வெளியே போவதற்கே ராணாவுக்கு ஒரு பயம் ஏற்பட்டிருக்கிறது. அவர் இங்கே கட்டிலில் படுத்துக்கொண்டு எதையும் சாதிக்க முடியாது. அந்த ஏஜெண்ட் வேறு தன் இஷ்டத்துக்கு ஃபாக்டரியை நடத்துகிறான், அவரிடம் கணக்கே காட்டாமல். அஃப் கோர்ஸ் உங்களுக்கும் இதற்கும் சம்பந்தமில்ல. ஆனால் எப்படியாவது ராணாவைக் காட்மாண்டுவுக்குத் தயார் பண்ணுவது உங்கள் பொறுப்பு. ஆபரேஷன் முடிந்த பிறகு சுரணை வந்தால்

உடனடியாக உடற்பயிற்சியெல்லாம் ஆரம்பிக்கலாம். எனக்கு நம்பிக்கையிருக்கிறது...''

டாக்டர் சென்ற பிறகு அவள் அவர் சொன்னதை நினைத்தபடியே யோசனையுடன் ராணாவின் அறைக்குள் நுழைந்தாள். ராணா எதற்கோ ராணியிடம் கத்திக் கொண்டிருந்தான்.

ஆர்த்தி தயங்கியபடி வராண்டாவில் நின்றாள். உள்ளே ராணா ஏதோ நேபாளியில் கத்திக்கொண்டிருப்பது புரியவில்லை. அவள் புரிந்துகொள்ளவும் இஷ்டப்படவில்லை. ஆனால் தாய்க்கும் பிள்ளைக்கும் ஏதோ வாக்குவாதம் என்று நன்றாகத் தெரிந்தது.

வராண்டாவிலிருந்து பார்க்கும்போது பக்கத்து வீடு கண்ணுக்குத் தெரிந்தது. ராணாவின் வீட்டுக் காம்பவுண்டு மிகவும் பெரியதாக இருந்ததால் பக்கத்து வீடு என்பதே தொலைவில் இருந்தது. போர்டிகோவில் அவள் வந்த லாண்ட்ரோவர் நின்றிருந்தது குருங் வீட்டுக்குள்ளிருந்து வெளியில் வந்து லாண்ட்ரோவருக்கருகில் வருவது தெரிந்தது. காலை இளம் வெய்யிலில் அவன் முகத்தின் சிவப்பு பளபளவென்று மின்னிற்று. அவன் சட்டென்று நிமிர்ந்து அவள் நின்றிருந்த திசையைப் பார்த்தான். அவள் நிற்பதைப் பார்த்து வலது கையை ஆட்டிப் பளிச்சென்று சிரித்தான் ஆர்த்தியும் தன்னையறியாமல் கையை ஆட்டிச் சிரித்தாள் குருங்கின் உற்சாகம் எல்லாரையும் தொற்றிக்கொள்ளும் என்று தோன்றிற்று.

ராணாவின் அறையில் இப்பொழுது ஒரு மௌனம் நிலவுவதை அவள் சட்டென்று உணர்ந்தாள். ராணி வெளியில் வருவது தெரிந்தது. ராணி அவளைப் பார்த்தும் ஒன்றுமே

பேசாமல் தன் அறைக்குப் போனாள். ஆர்த்தி ராணாவின் அறைக்குள் வந்தாள். ராணாவின் முகம் சிவந்திருந்தது.

அவன் ஏதோ தீவிர சிந்தனையில் இருக்கிறான் என்பதைப் புரிந்துகொண்டு ஆர்த்தி வாயைத் திறக்காமல் வேலை செய்தாள். உடம்புக்கெல்லாம் பவுடரைப் பூசி, பைஜாமாவையும் அவன் போட்டுக்கொள்ளும் லக்னோ குர்த்தாவையும் அணிவித்தாள். தலைக்கு எண்ணெய் தடவி வாரிவிட்டதும் அவனுடைய முகத்தைப் பார்க்கையில் இவனுடையது நிஜமாகவே ஒரு ராஜ பரம்பரைதான் என்று தோன்றிற்று. எல்லாம் முடிந்த பிறகு அவள் கதவைத் திறந்தாள்.

"படிக்க ஏதாவது புத்தகம் வேணுமா?" என்று அவள் கேட்டாள்.

அவன் திடுக்கிட்டு அவளைத் திரும்பிப் பார்த்தான். பிறகு, "வேண்டாம்," என்று தலையை அசைத்தான். "நீங்கள் சொன்னது வாஸ்தவம்தான். வெளிப்புறத்தைப் பார்க்கப் பார்க்க ரொம்பச் சந்தோஷமாக இருக்கிறது. என்னைச் சேர்ந்தது அது என்கிற நினைப்பே ரொம்பத் தென்பைக் கொடுக்கிறது."

ஆர்த்திக்கு அவன் சந்தோஷப்படுவதைப் பார்த்து மகிழ்ச்சியாக இருந்தது.

அவன் சட்டென்று அவளுடைய கையைப் பிடித்துக்கொண்டான். "அதோ பாருங்கள்" என்று தொலைவில் காட்டினான் ஒரு குழந்தைத்தனமான ஆர்வத்தோடு. "அந்த வயல்கள், இரண்டு ஃபாக்டரிகள், அதற்குப் பக்கத்தில் இருக்கும் கோழிப் பண்ணை எல்லாம் எனக்குச் சொந்தம். இதைத் தவிர இதைச் சுற்றிலும் இருக்கிற பத்து கிராமங்கள் எங்களுக்கு முன்பு சொந்தமாக இருந்தது..."

"இப்பொழுது?"

"ஓ. இப்பொழுது கிராமங்கள் எல்லாம் இல்லை. அரசாங்கம் எடுத்துக்கொண்டுவிட்டது. என்னுடைய அப்பா கணக்கு வழக்கு என்று வைத்துக்கொள்ளாமல் எத்தனையோ சொத்தைக்

கரைத்தார். சூதாட்டமும் குடியும் ராணா குடும்பங்களுக்கே ஒரு சாபக்கேடு. பெண்கள்கூட அதில் ஒரு நாகரிகப் பொழுதுபோக்காக ஈடுபடுவார்கள்." ராணாவின் குரலில் ஒரு வெறுப்பு இழையோடிற்று.

அவளுக்குச் சட்டென்று முன்தினம் ராணி சூதாடுவதைப் பார்த்தது நினைவுக்கு வந்தது.

அவன் தொடர்ந்து பேசிக்கொண்டு போனான்.

"இப்பொழுது எப்படி ஃபாக்டரி நடக்கிறது என்றுகூடத் தெரியவில்லை."

அவள் திடுக்கிட்டு அவனைப் பார்த்தாள். "அந்த ஏஜண்ட பார்த்துக் கொள்கிறார் போலிருக்கிறதே? உங்களுக்கு ரிப்போர்ட் தெரிவிப்பதில்லையா?"

அவன் முகத்தில் சுறுசுறுவென்று கோபம் ஏறிற்று. "இல்லை" என்றான் ஆத்திரத்துடன். "எதைச் சொன்னாலும் மேலெழுந்தவாரியாகச் சொல்கிறான். கணக்குகளைக் கொண்டுவந்து காண்பி என்றால் ஏதோ சாக்கும் சொல்கிறான். உங்களுக்கு ஏன் சிரமம் என்கிறான். எல்லாம் ஒழுங்காக இருக்கிறது. லாபமில்லாவிட்டாலும் நஷ்டமில்லை என்கிறான். சில சமயங்களில் அவன் கழுத்தை நெரிக்க வேண்டும்போல் இருக்கிறது. நான் ஒரு கையாலாகாதவன் என்று அவன் சிரிக்கிற மாதிரி எனக்கு வெறி ஏற்படுகிறது. ஆனால் என்னால் எதுவும் செய்ய முடியவில்லை..."

ஆர்த்திக்கு அவனது கோபம் மிகவும் நியாயமானது என்று தோன்றிற்று. "உங்கள் அம்மாவிடம்கூடச் சொல்லமாட்டானா?"

"என்ன சொல்கிறானோ? என்னையே ஏமாற்றுகிறவன் அம்மாவை ஏமாற்றமாட்டானா? இதில் வேடிக்கை என்னவென்றால் அம்மாவும் அவனுக்குப் பரிந்துகொண்டு பேசுகிறாள்."

சற்றுமுன் ராணா ராணியிடம் கத்திக் கொண்டிருந்ததற்கு இதுதான் காரணமாயிருக்க வேண்டும் என்று அவள் நினைத்துக் கொண்டாள்.

"இதையெல்லாம் சமாளிப்பதற்கு ஒரே ஒரு வழிதான் இருக்கிறது." என்றாள் ஆர்த்தி. "அது என்னவென்று உங்களுக்குத் தெரியுமா?"

அவன் அதற்குப் பதில் சொல்லாமல் அவளைப் பார்த்தான். முகத்தில் ஆயாசம் தெரிந்தது. பிறகு மெதுவான குரலில் சந்தேகம் தொனிக்கும் குரலில் கேட்டான். "ஆர்த்தி, என்னால் மறுபடி நடக்க முடியுமா? நீங்கள் நம்புகிறீர்களா?"

"கண்டிப்பாக," என்றாள் ஆர்த்தி, தான் சொல்வது நிஜமாக இருக்க வேண்டும் என்று நினைத்தபடி, "ஆனால் இங்கேயே உட்கார்ந்து கொண்டு ஒன்றும் செய்ய முடியாது. காட்மாண்டுவுக்குப் போய் ஸ்பெஷலிஸ்டைப் பார்ப்பது நல்லது."

அவன் வெகுநேரம் யோசனையில் உட்கார்ந்திருந்தான். பிறகு ஒரு தீர்மானத்துக்கு வந்தவன்போல் சொன்னான். "சரி. அது ஒன்றுதான் வழி என்றால் போய்ப் பார்க்க வேண்டியதுதான்."

அவளுக்குத் திடீரென்று ரொம்ப மகிழ்ச்சியாக இருந்தது. "குட்," என்று அவன் கைகளைப் பிடித்துச் சொன்னாள்.

அவன் காலை ஆகாரத்தை முடித்ததும் சொன்னான்: "நேற்று இரவு நான் சரியாகத் தூங்கவில்லை. நீங்கள் என் உடம்பை அழுத்தி அழுத்தித் துடைத்ததில் எனக்குத் தூக்கம் வருகிற மாதிரி இருக்கிறது. நான் தூங்கப் போகிறேன். நீங்கள் வேண்டுமானால் கொஞ்சம் ஓய்வெடுத்துக்கொள்ளுங்கள்," என்றான்.

"சரி," என்றாள் அவள் "நான் கொஞ்சம் நடந்துவிட்டு வரப்போகிறேன். இத்தனை அமைதியான இடத்தை நான் பார்த்ததேயில்லை. போய்விட்டு வரட்டுமா?"

"ஓ யெஸ்." அவன் கண்களை மூடிக்கொண்டான்.

அவள் குளித்துவிட்டு ஒரு நைலெக்ஸ் புடவையைக் கட்டிக்கொண்டாள். காலை ஆகாரத்தை முடித்துவிட்டு ராணியிடம் சொல்லிக்கொண்டு கிளம்பினாள்.

குளிர்காலம் ஆரம்பித்துவிட்டதால் வெய்யில் உறைக்காமல் சுகமாக இருந்தது. கார் வரும் பஸ் வரும் என்கிற பயமே இல்லாமல் ரோடில் நடப்பது ஒரு புது அனுபவமாக இருந்தது.

அவள் சற்றுத்தூரம் நடந்துவிட்டுத் திரும்பினாள்.

இங்கு வாஸ்தவத்தில் பொழுதைக் கழிக்க வேறு வழியேயில்லை நடையைத் தவிர என்று தோன்றிற்று. அதனால்தான் ராணாக்களும் ராணிகளும் குடியிலும் சூதாட்டத்திலும் நேரத்தைப் போக்குகிறார்கள் என்று தோன்றிற்று. அதைப் பற்றி ராணா பேசும்போது அவன் முகத்தில் தென்பட்ட வெறுப்பும் கோபமும் அவளுக்கு ஞாபகத்திற்கு வந்தது.

அவள் வீட்டை நெருங்கும்போது அங்கிருந்த ஒரு வீட்டின் கேட்டருகில் ஒரு பெண்மணி நிற்பது தெரிந்தது. ஒரு பஞ்சாபி என்று உடையில் புரிந்தது. இந்தியர்கள் இங்கு இருக்கிறார்களா என்று ஆர்த்தி ஆவலுடன் பார்த்தாள் அந்தப் பெண்மணி ஆர்த்தியைப் பார்த்து புன்னகையுடன், "நமஸ்தே!" என்றாள்.

ஆர்த்தி சிரித்துக்கொண்டே ''நமஸ்தே.'' என்றாள். டில்லி போன்ற பெரிய பட்டணங்களில் யாரும் இப்படி வலுவில் வந்து பேசமாட்டார்கள் என்று அவள் நினைத்துக்கொண்டாள். நேபாளத்திலிருப்பதால் இவள் ஒரு ஏக்க உணர்வினால் அவளைக் கண்டதும் பேச வருகிறாள் என்று தோன்றிற்று. இவளே அவளை டில்லியில் பார்த்திருந்தால் முகத்தைத் திருப்பிக் கொண்டு போயிருப்பாள்.

''நீங்கள் இந்தியாவிலிருந்து வருகிறீர்களா?''

''ஆமாம்.''

''ராணாவுக்கு ஏதேனும் உறவா?''

''இல்லை, அவருக்கு நர்ஸாகக் கொஞ்சநாள் இருக்க வந்திருக்கிறேன்.''

'' ''ஓ'' என்றாள் அந்த பெண்மணி ஒரு மாதிரியாக. நர்ஸின் உத்தியோகம் இளப்பமானது என்று அவள் நினைப்பதை ஆர்த்தியால் உணர முடிந்தது.

''நீங்கள் எவ்வளவு வருஷங்களாக இங்கே இருக்கிறீர்கள்?'' என்றாள் ஆர்த்தி.

"இருபது வருஷங்களாக இருக்கிறோம். ஹோட்டல் வைத்திருக்கிறோம். உள்ளே வாருங்கள். என் பெயர் மிஸஸ் சோப்ரா."

"இன்னொரு நாளைக்கு வருகிறேனே," என்றாள் ஆர்த்தி.

"ஒரு ஐந்து நிமிஷம் வாருங்கள், ஒரு இந்தியரைப் பார்த்து எனக்கு எத்தனை சந்தோஷமாக இருக்கிறது!" என்று வற்புறுத்தினாள் மிஸஸ் சோப்ரா.

"இங்கு வேறு இந்தியர்களே கிடையாதா?"

"ஓ, இருக்கிறார்கள். சற்றுத் தள்ளி ஒரு இந்திய காம்பஸ் இருக்கிறது. இந்திய அரசாங்கம் இங்கே ரோடும் பிரிட்ஜும் போடுகிறது. அவர்கள் ஒரு நூறு குடும்பங்கள் இருப்பார்கள். ஆனால் நம்முடன் வெளியில் வந்து பழகமாட்டார்கள். வாருங்கள்."

ஆர்த்தி தயங்கிக்கொண்டே உள்ளே நுழைந்தாள். தோட்டம் சின்னதாக அழகாக இருந்தது. வீட்டிற்குள் நுழைந்து வரவேற்பறையில் காலை வைத்ததும் பிரமிப்பாக இருந்தது. மிக நவீனமாக விலையுயர்ந்த ஸோபா செட்டுகள் இருந்தன. இத்தனை சின்ன ஊரில் ஹோட்டல் வைத்து இவர்கள் இத்தனை சம்பாதித்திருக்கிறார்களா என்று ஆச்சரியமாக இருந்தது.

"உட்காருங்கள்." என்று மிஸஸ் சோப்ரா உபசரிக்கையில் உள்ளேயிருந்து இருபது வயது இருக்கக்கூடிய ஒரு பெண் வந்தாள். தளதளவென்று ரொம்பக் கவர்ச்சியாக இருந்தாள். மார்பில் துப்பட்டா இல்லாமல் ஒரு மதர்ப்புடன் நடந்தாள். மார்பகங்கள் குலுங்குகிற மாதிரி நடந்தாள். கம்மீஸின் பெரிய கழுத்தின் கீழ் மார்பின் வளைவுகள் தெரிந்தன. உள்ளே நுழைந்தவளை மிஸஸ் சோப்ரா பெருமையுடன் பார்த்தாள்.

"என்னுடைய பெண் ரூமா. டில்லியில் பி.ஏ. முடித்துவிட்டு கொஞ்ச நாள் முன்புதான் வந்தாள்," என்று ஆர்த்தியை அவளுக்கு அறிமுகம் செய்தாள்.

ரூமா அவளுக்கு வணக்கம் சொல்லிவிட்டு சோபாவில் குனிந்து உட்காருகையில் மார்பு பூராவுமே தெரிகிற மாதிரி இருந்தது ஆர்த்தி தன்னையறியாமல் தலைப்பை இழுத்துப் போர்த்திக் கொண்டாள். மிஸஸ் சோப்ரா பெண்ணே ரொம்பப் பெருமையோடு பார்ப்பதைக் கண்டு அவளுக்கு ஆச்சரியமாக இருந்தது. இவள் பெண்களை ஒரு குடும்பத் தலைவியாக்கத் தயார் செய்கிறாளா. இல்லை வேறு எதற்காவதா?

"என்ன சாப்பிடுகிறீர்கள்?" என்று கேட்ட மிஸஸ் சோப்ராவிடமிருந்து தப்பித்தால் போதும் என்று தோன்றிற்று அவளுக்கு.

"இல்லை ஒன்றும் வேண்டாம். இன்னொரு நாளைக்கு வருகிறேன். இன்றைக்கு நேரமில்லை..." என்று எழுந்தாள்.

"என்ன நீங்கள்! இப்பொழுதுதான் வந்தீர்கள், அதற்குள் கிளம்புகிறேன் என்கிறீர்கள்? உட்காருங்களேன் கொஞ்சநேரம்."

"இல்லை, வருகிறேன். கொஞ்சம் வேலையிருக்கிறது."

அவள் எழுந்ததும் மிஸஸ் சோப்ரா கேட்டாள். "ராணா எப்படி இருக்கிறார்? உட்காருகிறாரா?"

"ஊஹூம்" என்று தலையாட்டினாள் ஆர்த்தி.

"ஐயோ பாவம். ராஜா மாதிரி இருப்பார். என்னவோ குதிரைப் பைத்தியம் அவருக்கு. வளர்த்த குதிரையே தள்ளிவிட்டது."

இவளிடம் எவ்வளவு தூரம் பேசலாம் என்று புரியாமல் ஆர்த்தி பேசாமல் இருந்தாள். ரூமா ஒன்றுமே பேசவில்லை தன் நகங்களை ஆராய்ந்து கொண்டிருந்தாள். அவள் தனக்குள்ளேயே மூழ்கி இருப்பாள் என்று தோன்றிற்று.

வாசல் வரை வந்த மிஸஸ் சோப்ரா, "சமயம் கிடைத்தபோதெல்லாம் வாருங்கள். நீங்கள் இந்தியாவில் எந்தப் பக்கம்?" என்றாள்.

"மதராஸ்."

"மதராஸியா?" என்றாள் மிஸஸ் சோப்ரா. "இவ்வளவு சிவப்பாக நான் எந்த மதராஸியையும் பார்த்ததில்லை."

ஆர்த்திக்கு லேசாகக் கோபம் வந்தது. இந்தப் பஞ்சாபிகளின் நிறப் பெருமை அவர்களை விட்டுப் போகாது என்று நினைத்துக் கொண்டாள்.

"நான் போகிறேன்," என்று மட்டும் சொல்லிவிட்டு அவள் விறுவிறுவென்று ராணாவின் பங்களாவுக்குள் நுழைந்தாள். உள்ளே தண்ணென்றிருந்தது. விதவிதமான மலர்களும் செடிகளும் கொடிகளும் புல் தரையும் மனத்துக்கும் கண்ணுக்கும் மிகவும் ரம்யமாக இருந்தது. இதையெல்லாம் ராணா அனுபவிக்காமல் படுத்திருக்கிறாரே என்று ஒரு பரிதாபம் அவள் நெஞ்சை நிறைத்தது. ஒரு சக்கர நாற்காலியில் உட்கார முடிந்தால்கூடப் போதும்...

அவள் ராணாவின் அறைக்குள் நுழைந்தபோது ராணா விழித்துக்கொண்டு உட்கார்ந்திருந்தான். அவள் தான் யூனிஃபார்மில் இல்லை என்பதை மறந்து அவசரமாக அவனிடம் சென்றாள். "தூங்கினீர்களா? ஏதாவது வேண்டுமா?" என்று கேட்டாள்.

அவன் அவளையும் அவளுடைய உடையையும் ஒருவித ரஸனையுடன் குறும்புடன் பார்த்தான்.

அவன் ஏதும் பதில் சொல்லாததைக் கண்டு அவள், "உங்களுக்கு இப்பொழுது உடனே ஒன்றும் வேண்டாமென்றால் நான் உடையை மாற்றிக்கொண்டு வருகிறேன்," என்றாள்.

அவன் சிரித்தான். "ஏன், உங்களை இந்த உடையில் பார்க்க மிஸஸ் சோப்ராவுக்குத்தான் தகுதியிருக்கிறதா?"

அவள் திடுக்கிட்டு அவனைப் பார்த்தாள். பிறகு ஒரு புன்னகையுடன் அவனுடைய கட்டிலுக்கருகில் வந்து நின்று ஜன்னல் வழியே பார்த்தாள். சோப்ராவின் வீடு நன்றாகத் தெரிந்தது.

"கட்டிலை இங்கே போட்டது ஆபத்தாகப் போய்விட்டதோ?" என்று அவள் சிரித்தாள்.

அவன் சிரித்தான். உடனே ஸீரியஸாக முகத்தை வைத்துக்கொண்டு சொன்னான். "இல்லை உங்களை வெளியில் போகவிட்டதுதான் ஆபத்து. கண்ட போக்கிரிகளின் வீட்டில் எல்லாம் நுழைகிறீர்கள்."

அவளுக்குச் சுருக்கென்றது. இவன் அன்னியன் ஒரு இந்தியனைப் பழிக்கிறான் என்று அவளையறியாமல் ஒரு சினம் வந்தது. "என்ன சொல்கிறீர்கள்?" என்று அவள் புருவத்தை உயர்த்திக் கேட்டாள்.

"ஐயாம் ஸாரி." என்றான் அவன் சட்டென்று. "அந்தச் சோப்ரா ஒரு போக்கிரி. அவனைவிட அவன் மனைவி மோசம். இருவரையும் விட அந்தப் பெண் மோசம்."

அவன் சொன்னது வாஸ்தவமாக இருக்கலாம் என்று அவள் நினைத்தாள். இருந்தும் மனத்தில் ஒரு வீம்பு எழுந்தது. "அது எனக்கெப்படித் தெரியும்?"

"தெரிய நியாயமில்லைதான். இருந்தாலும் முன்பின் தெரியாத ஒரு இடத்தில் யார் உள்ளே கூப்பிட்டாலும் நுழைந்து விடலாமா?"

அவன் கேள்வி நியாயமானதாக இருந்தாலும் இவன் எதற்குத் தன்னைத் தூண்டித் துருவிக் கேட்கிறான் என்று ஓர் எரிச்சல் அவளுள் எழுந்தது. அவள் பதில் சொல்லத் தெரியாமல் முணுமுணுத்தாள். "அவன் ஒரு இந்தியன் என்பதற்காகப் போனேன்."

அவன் பரிகாசமாகப் பார்த்துச் சிரித்தான் "ஆ! அப்படிச் சொல்லுங்கள். அவளே ஒரு நேபாளியாக இருந்திருந்தால் போயிருப்பீர்களா? இந்தியர் என்றவுடன் அவள் யோக்கியமானவன் என்று போய்விட்டீர்கள். எத்தனை

குறுகலான மனம்! உங்களைப் பார்க்கும்போது எனக்கு நீங்கள் இந்தியர், அன்னியம் என்றெல்லாம் தோன்றவில்லையே?"

அவன் தன்னைச் சரியாக மாட்ட வைத்துவிட்டான் என்று அவளுக்கு ஓர் எரிச்சல் ஏற்பட்டது. "ஷல் வி ஸ்டாப் திஸ் ஸ்டுப்பிட் ஆர்க்யூமென்ட்?"

அவன் புருவங்களை உயர்த்திக் குறும்புடன் அவளைப் பார்த்தான்.

"வொய் ஷுட் வீ? எனக்கு இரண்டு விஷயம் நிச்சயமாக வேண்டும். ஒன்று 'நீங்கள் இனிமேல் அவர்கள் வீட்டுக்குப் போகக்கூடாது. இரண்டாவது, என்னை அன்னியன் என்று நினைக்கிறீர்களா, இல்லை, வெறும் பேஷண்ட் என்று நினைக்கிறீர்களா' என்று தெரிய வேண்டும்..."

அவள் அவனுடைய பிடிவாதத்தைக் கண்டு சிரித்தாள்.

"சரி, போகவில்லை, நான் உங்களை நிச்சயமாக அன்னியமாக நினைக்கவில்லை."

"குட்! ஐ ஆம் ஆனர்ட்," என்றான் அவன்.

அவளுக்கு மறுபடியும் தன்னுடைய உடையைப் பற்றி ஞாபகம் வந்தது.

"நான் உடையை மாற்றிக்கொண்டு உங்களுக்கு சாப்பாடு எடுத்து வருகிறேன்," என்றாள்.

"சாப்பாடு எடுத்து வாருங்கள். ஆனால் உடையை மாற்ற வேண்டாம். எனக்கு ரொம்பப் பசிக்கிறது," என்றான் அவன்.

அவளுக்கு அவன் குறும்பு புரிந்தது. லேசாக முகம் சிவந்தது. லேசான புன்னகை உதடுகளில் நெளிய அவள் அவனது சாப்பாட்டை எடுத்து வரச் சென்றாள். இங்கிருக்கிற வரை இவனது பரிகாசத்தைச் சமாளித்தாக வேண்டும் என்று நினைத்துக் கொண்டாள். இவன் எழுந்து நடமாட

ஆரம்பித்தால் இவனைக் கட்டிப்பிடிப்பது ரொம்பக் கஷ்டம் என்று தோன்றிற்று.

அவள் சாப்பாட்டை எடுத்துக்கொண்டு வரும் சமயத்தில் ராணாவின் அறையில் ஏதோ பேச்சுக் குரல் கேட்டது. அவள் தயக்கத்துடன் உள்ளே நுழைந்தாள்.

உள்ளே குருங் உட்கார்ந்திருந்தான். அவளைக் கண்டதும் எழுந்தான். புன்னகையுடன், "குட் ஆஃப்டர்ன்னூன்," என்றான்.

அவளும் புன்னகையுடன், "குட் ஆஃப்டர்னூன்," என்றாள்.

குருங் ஏதோ நேப்பாளியில் ராணாவிடம் சொன்னதும் இருவரும் பெரிதாகச் சிரித்தார்கள். அவர்கள் தன்னைப் பற்றித்தான் ஏதோ சொல்கிறார்கள் என்று அவள் புரிந்து கொண்டாள். முகம் லேசாகச் சிவந்தது.

ராணா அவளைப் பார்த்துச் சிரித்துக்கொண்டே சொன்னான். "குருங்குக்குத் தானும் ஒரு பேஷெண்டாக இல்லையே என்று வருத்தமாக இருக்கிறதாம்." பிறகு கண்ணடித்துக் கொண்டே சொன்னான். "பேஷெண்டாக ஆனால் உடனே உங்களை அனுப்பி விடுவேன் அவனிடம் என்று நினைத்துக் கொண்டிருக்கிறான்."

குருங் சிரித்தான். "நீ அனுப்ப வேண்டாம். நானே அழைத்துக் கொண்டு போய் அப்புறம் பேஷெண்டாகிறேன்."

தான் எதிரில் இருக்கும்போதே இவர்கள் இப்படிப் பேசிக்கொண்டு போவது அவளுக்கு லேசாகக் கோபமேற்படுத்தியது.

"நீங்கள் இருவரும் இப்படிப் பேசிக்கொண்டு போனால் நான் இங்கு இருக்கமாட்டேன். இந்தியாவுக்குத் திரும்பிவிடுவேன். நர்ஸ் என்றால் ஏதோ இளப்பம் என்று நினைக்காதீர்கள்." என்று படபடத்தாள்.

சட்டென்று அவர்கள் இருவருடைய சிரிப்பும் மறைந்தது. "ஐ ஆம் ஸாரி," என்றான் குருங். "உங்களைப் புண்படுத்த வேண்டும் என்று நான் பேசவில்லை. இங்கு நேபாளத்தில்

நாங்கள் பெண்களை ரொம்ப ஃப்ரீயாகப் பரிகாசம் செய்வோம். பெண்களும் அதை ஸ்போர்ட்டிவ்வாக எடுத்துக் கொள்வார்கள். அந்த நினைவில் பேசிவிட்டேனே தவிர, வேறொன்றுமில்லை. இனிமேல் கேர்ஃபுல்லாக இருப்பேன்..." அவன் பிறகு ராணாவிடம் ஏதோ சொல்லிவிட்டுக் கிளம்பினான்.

ஆர்த்திக்குச் சட்டென்று என்னவோ மாதிரி ஆகிவிட்டது. தான் அப்படிப் படபடப்பாகப் பேசியிருக்கக்கூடாதோ என்று தோன்றிற்று. இவர்களுடைய விளையாட்டை குறும்புத்தனத்தைத்தான் போக்கிரித்தனமாக நினைத்துக்கொண்டு விட்டோமோ என்று சங்கடமாக இருந்தது. மிகப்பெரிய குடும்பத்தைச் சேர்ந்த இரண்டு படித்த வாலிபர்களிடம்தான் அகம்பாவமாக நடந்து கொண்டுவிட்டோமோ என்று இருந்தது.

ராணா ஒன்றுமே பேசவில்லை. ஏதோ தீவிரமாக யோசனை செய்தபடி அவளைப் பார்த்த மாதிரி இருந்தது. அவள் தன் கூச்சத்தை மறைக்க வாயை மூடிக்கொண்டு அவனுக்கெதிரில் சின்ன மேஜையையும், சாப்பாட்டுத் தட்டையும் எடுத்து வைத்துப் பரிமாற ஆரம்பித்தாள். இரண்டு கையும் பாத்திரத்தைப் பிடித்திருந்த நிலையில் அவளுடைய நைலான் சேலைத் தலைப்பு நழுவியது. அந்த நிலையில் தானும் ஒரு ரூமாவைப் போல் மார்பைக் காட்டியபடி நிற்கிறோம் என்கிற உணர்வு அவளுக்கு ஒரு கலவரத்தை ஏற்படுத்திற்று. மிக அருகில் நின்றிருந்த அவளை அவன் நன்றாகப் பார்த்தான். அவள் பாத்திரத்தை வைத்துவிட்டு அவசரமாகத் தலைப்பைச் சரிசெய்து கொண்டாள்.

அவன் சட்டென்று உணர்வு வந்தவன் போல் சொன்னான். "ஒரு அழகிய பெண்ணைப் பார்த்து வெளிப்படையாகப் புகழ்வது எங்களுக்குத் தப்பில்லை. அசிங்கமில்லை. ஆனால் செயலில் ஜாக்கிரதையாக இருப்போம். புரிந்து கொள்ளுங்கள்."

அவளுக்கு அவமானத்தில் முகம் சிவந்தது.

ஆர்த்தி சாமான்களைக் கட்டுவதில் மும்முரமாக இருந்தாள். இரண்டு மணி நேரத்தில் காட்மாண்டுவுக்குப் போக ஏர்போர்ட்டுக்குக் கிளம்ப வேண்டும். ராணா காட்மாண்டுவுக்கு ட்ரீட்மெண்டுக்குப் போகச் சம்மதம் என்று தெரிவித்தவுடன் டாக்டர் உற்சாகமாக எல்லா ஏற்பாடுகளையும் செய்துவிட்டார். காட்மாண்டுவில் மிகவும் குளிரும் என்று ராணி சொல்லியிருந்ததால் ஆர்த்தி கனமான கம்பளி உடுப்புக்களை எடுத்து வைத்துக் கொண்டாள். படிப்பதற்காகச் சில புத்தகங்களையும், பத்திரிகைகளையும் எடுத்து வைத்துக் கொண்டாள். குறைந்தது பத்து நாட்களாவது அங்கு இருக்க வேண்டி வரும் என்று அவளுக்குத் தோன்றிற்று. ஆஸ்பத்திரியில் வேறு நர்ஸ் இருந்தாலும் ராணாவுக்குத் தன்னுடைய உதவி கண்டிப்பாக இருக்க வேண்டும் என்று அவள் நினைத்துக் கொண்டாள்.

ராணி அவளைக் கூப்பிட்டுச் சொன்னாள். "நீங்கள்தான் மிக்கிக்குத் துணையாக இருக்க வேண்டும். நான் இங்கே இந்த வீட்டையும் எஸ்டேட்டையும் விட்டுவிட்டு வர முடியாது. எனக்குக் கொஞ்சம் முக்கியமான வேலைகள் இருக்கிறது."

நீங்கள் கவலைப்படாதீர்கள், என்றாள் ஆர்த்தி. "மிஸ்டர் ராணாவைப் பார்த்துக்கொள்ள வேண்டியது என் பொறுப்பு."

ராணி அவளுடைய தோளை மெல்லப் பற்றினாள். "நீங்கள் எவ்வளவு பொறுப்பானவர் என்று நான் இந்தப் பதினைந்து நாளில் கவனித்துவிட்டேன் உங்கள் மேல் எனக்கு நம்பிக்கையிருக்கிறது." என்றாள்.

இப்பொழுது ராணாவின் துணிமணிகளையும் கம்பளி உடுப்புக்களையும் வைக்கையில் ஆர்த்தி ஒரு வினாடி நினைத்துக்கொண்டாள். ராணா விஷயத்தில் ராணி அக்கறை காட்டினாலும் சற்று எட்டியே இருக்கிற மாதிரி, ராணாவைக் கண்டு அவளுக்கு ஏதோ பயம் இருக்க வேண்டும் என்று தோன்றிற்று. அல்லது ராஜ வம்சத்தில் உணர்ச்சிகளைக் காட்டமாட்டார்கள் என்று அவள் கேள்விப்பட்டிருக்கிறாள், அதுமாதிரி இவர்கள் குடும்பத்திலும் பெண்கள் தங்கள் உணர்ச்சிகளைக் காட்டமாட்டார்களோ என்னவோ? ராணாவும் ராணியை முழுவதும் நம்புவதில்லை என்று அவள் உணர்ந்திருந்தாள்.

அவளுக்குச் சட்டென்று ஒரு விஷயம் ஞாபகத்திற்கு வந்தது. ராணா காட்மாண்டுவிலிருந்து திரும்பி வந்ததும் மறுபடி மாடியில் படுக்கை அறை இருக்கக்கூடாது என்று தோன்றிற்று. கீழேயே இருந்தால் பிறகு சக்கர நாற்காலியில் அமர்த்தித் தோ்த்துக்குக்கூட அழைத்துச் செல்லலாம் என்று தோன்றிற்று. அதை ராணியிடம் சொல்ல வேண்டும் என்று நினைத்துக்கொண்டு அவள் ராணியைத் தேடிக்கொண்டு போனாள்.

நடு ஹாலில் ராணி ஏஜென்டுடன் உட்கார்ந்திருந்தாள். மிக மெல்லிய குரலில் இருவரும் பேசிக்கொண்டிருந்தார்கள். அவளைக் கண்டதும் திடுக்கிட்டார்போல் ஏஜென்ட் எழுந்தான். அவனைப் பார்த்ததும் ஆர்த்திக்கு ராணா அவளிடம் சொல்லியிருந்தது ஞாபகத்திற்கு வந்தது. அவள் அவனுக்கு நமஸ்தே சொல்லிவிட்டு, "ராணா உங்களை அவசியம் தன்னைப் பார்க்க வரச்சொன்னார்." என்றாள்.

ஒரு வினாடி ராணியும் அவனும் ஒருவரையொருவர் பார்த்துக் கொண்டார்கள்.

பிறகு அவன் புன்னகையுடன் கேட்டான். "நான் இன்று வந்திருப்பது அவருக்குத் தெரியுமா?"

அது அவசியமில்லாத கேள்வி என்று நினைத்துக்கொண்டே ஆர்த்தி சொன்னாள், "இல்லை ஆனால் உங்களை நான் பார்த்தால் கண்டிப்பாகத் தன்னைச் சந்திக்க வரும்படி என்னை உங்களிடம் சொல்லச் சொன்னார்."

அவன் லேசாகத் தலையைக் குனிந்தபடி சிரித்தான். "கண்டிப்பாக அவரைச் சந்திக்கிறேன். நீங்கள் கவலைப்பட வேண்டாம்." என்றான்.

பிறகு ராணியிடம் ஏதோ நேப்பாளியில் சொல்லிவிட்டு அவன் கிளம்பினான். ராணி அவனிடம் ஏதோ அவசரமாகச் சொன்னாள். அவன் தெரியும் என்கிற மாதிரி இரண்டு முறை தலையாட்டிவிட்டுச் சென்றான்.

இவர்களுடைய சங்கேதங்களை ஒருவித வியப்புடன் ஆர்த்தி பார்த்துக் கொண்டு நின்றாள்.

"என்னைப் பார்க்க வந்தீர்களா?" என்ற ராணியின் மெதுவான குரலைக் கேட்டு அவள் திடுக்கிட்டு நினைவுக்கு வந்தாள்.

"ஆமாம்," என்றுவிட்டு தான் சொல்ல வந்ததைச் சொன்னாள்.

ராணி சற்று நேரம் ஏதோ யோசனையில் இருந்தாள். பிறகு தனக்குத்தானே சொல்கிற மாதிரி சொன்னாள். "கீழேயெல்லாம் உபயோகப்படுத்தி ரொம்ப நாட்களாகிறது. பெரிய ராணா இருந்தபோது உபயோகப்படுத்தினோம். சரி, மிக்கிக்குக் கீழேதான் சௌகரியமாக இருக்கும் என்றால் அங்கேயே அறையை ஏற்பாடு பண்ணினால் போகிறது."

"என் அறை கூடக் கீழேதான் இருக்க வேண்டும்."

"ஓ. அதற்கென்ன? தயார் செய்கிறேன். கீழே சமையலறைகூட இருக்கிறது. ஒரு ஹீட்டர் வைத்து விடுகிறேன். அவசரத்துக்கு டீ கூடப் போட்டுக்கொள்ளலாம் நீங்கள்."

"ரொம்ப நன்றி" என்றாள் ஆர்த்தி.

"உங்கள் பாக்கிங் எல்லாம் முடிந்துவிட்டதா? ஸ்வெட்டர் எல்லாம் எடுத்துக் கொண்டிருக்கிறீர்களா?"

"முடிந்துவிட்டது. எல்லாம் எடுத்துக் கொண்டிருக்கிறேன்," என்றபடியே ஆர்த்தி கிளம்பினாள்.

"டாக்டர் ஆம்புலன்ஸுடன் பன்னிரண்டு மணிக்கு வருவார்," என்றாள் ராணி ஞாபகப்படுத்துகிற மாதிரி.

"சரி."

ஆர்த்தி ராணாவின் அறையில் நுழைகையில் ராணா ஏஜெண்டிடம் ஏதோ கோபமாக விவாதிப்பது தெரிந்தது. அவள் சட்டென்று வெளியில் வந்து நின்று கொண்டாள். ராணாவின் சீற்றமெல்லாம் அவனுடைய கையாலாகாத்தனத்தினால் வருவது என்று அவளுக்குப் புரிந்தது. தன்னால் எதையும் கவனிக்க முடியவில்லையே என்கிற சீற்றம்...

ராணா திடீரென்று ஆங்கிலத்தில் கத்தினான்.

"வொய் டோன்ட் யூ ஷோ மீ தி அக்கௌண்ட்ஸ்? என் முதுகுதான் ஒடிந்திருக்கிறதே தவிர, மூளை வேலை செய்து கொண்டுதான் இருக்கிறது. நான் காட்மாண்டுவிலிருந்து திரும்பிய பிறகு நீ எனக்கு ஒழுங்காகக் கணக்கு வழக்குகளைக் காட்ட வேண்டும். ஞாபகம் வைத்துக்கொள்."

ஏஜெண்ட் ஏதோ முணுமுணுப்பது காதில் விழுந்தது. பிறகு அவன் வெளியில் வருவது தெரிந்தது. அவனுடைய முகம் சிவந்திருந்தது. ஏதோ கோபத்தில் இருக்கிற மாதிரி தெரிந்தது.

இப்பொழுது ராணாவின் அறைக்குள் நுழைவதா, வேண்டாமா என்று யோசனையுடன் சற்று நேரம் ஆர்த்தி நின்றாள்.

பக்கத்து வீட்டுப் போர்டிகோவில் குருங்கின் லாண்ட்ரோவர் நின்றிருந்தது. அதைக் குருங் துடைத்துக் கொண்டிருந்தான்.

"மிஸ் ஆர்த்தி!"

அவள் திடுக்கிட்டாள். ராணாவின் குரல். அவள் அவசரமாக உள்ளே நுழைந்தாள்.

"எங்கே போய்விட்டீர்கள்?" என்று சிடுசிடுத்தான்.

"இங்கேதான் வராண்டாவில் நின்றிருந்தேன்!"

"வராண்டாவில் என்ன வேலை?"

அவள் தன்னைச் சமாளித்துக்கொண்டு சொன்னாள்: "உள்ளே வரக் கொஞ்சம் பயமாக இருந்தது. உங்கள் மூடைப் பற்றி யோசனையாக இருந்தது."

சொல்லிக்கொண்டே அவள் அவனுக்கு வேறு சட்டை அணிவிக்க வந்தாள். பட்டனைக் கழற்றப் போனாள்.

"ஏஜெண்டிடம்தான் எனக்குக் கோபம். நீங்கள் ஏஜெண்டின் ஆளா?"

அவள் அடிபட்டுப் போனவள் மாதிரி அவனைப் பார்த்தாள். பட்டனை அவிழ்க்கப் போன கைகள் அப்படியே நின்றன. அவன் சட்டென்று அவளுடைய கைகளைப் பற்றினான். "ஐ யாம் ஸாரி." என்றான்.

அவள் தன் கைகளை மெல்ல விடுவித்துக்கொண்டு தன் வேலையில் ஆழ்ந்தாள்.

டாக்டர் சொன்ன நேரத்துக்கு ஆம்புலன்ஸைக் கொண்டு வந்தார். குருங்கும் சமயத்துக்கு வந்தான். அவனும் சமையல்காரனுமாக ராணாவை ஸ்ட்ரெச்சரில் தூக்கிக்கொண்டு வந்து ஆம்புலன்ஸில் படுக்க வைத்தார்கள்.

பிளேனில் உட்கார்ந்ததும், "இன்னும் ஒருமணி நேரத்தில் காட்மாண்டுவில் இருப்போம்," என்றார் டாக்டர்.

சற்று நேரம் பிளேன் பறந்ததும் ஒரே மலைத்தொடராக வந்தது. டாக்டர் அவளிடம் உற்சாகமாக, "அதோ பாருங்கள் எவரெஸ்ட் மலை," என்றார்.

அவள் வெகு ஆர்வத்துடன் பார்த்தாள்.

ராணா இதை எதையும் பார்க்கவில்லையே என்கிற எண்ணத்தில் ராணாவின் பக்கம் திரும்பினாள்.

"மிஸ்டர் ராணா, அடுத்த தடவை நீங்கள் காட்மாண்டுவுக்குக் கிளம்பும்போது என் மாதிரி உட்கார்ந்து கொண்டு போவீர்கள்," என்றாள்.

அவன் ஒன்றும் சொல்லாமல் சிரித்தான்.

காட்மாண்டுவில் இறங்கியதுமே நன்றாகக் குளிரெடுத்தது. அவள் சட்டென்று பையைத் திறந்து ஒரு கம்பளியை எடுத்து ராணாவின் மேல் போர்த்தினாள்.

ராணா, "தாங்க் யூ," என்றான். "நீங்கள் ஸ்வெட்டர் போட்டுக்கொள்ளாமல் எனக்கு முதலில் போடுகிறீர்களே?"

அவள் லேசாகச் சிரித்தாள். "நான் நர்ஸ் என்பதை என்னால் மறக்க முடியாது," என்றாள்.

அவளுடைய பதில் அவனுக்கு எந்தவிதத்திலோ ஏமாற்றமாக இருந்த மாதிரி அவன் முகம் இறங்கிப் போயிற்று. அது ஏனென்று புரியாமல் அவள் திகைத்தபடியே தனக்கு ஒரு ஸ்வெட்டரை எடுத்துப் போட்டுக்கொண்டாள்.

அவர்கள் நேரே ஹாஸ்பிடலுக்குப் போனார்கள். ரூம் தயாராக இருந்தது. ராணா எந்த விதத்திலோ கலவரமடைந்திருந்த மாதிரி இருந்தது ஆர்த்திக்கு. இவனுக்குக் கற்பனை அதிகம், தன் உடம்பைப் பற்றிப் பயம் அதிகம் என்று அவள் நினைத்துக் கொண்டாள். ஆஸ்பத்திரியின் நர்ஸையே அவனுடைய அறைக்குக் கொடுத்திருந்ததால் அவள் டாக்டருடன் ஹோட்டலுக்குச் சென்றாள்.

"காலையில் சீக்கிரம் வந்து விடுங்கள் மிஸ் ஆர்த்தி," என்று அவன் குழந்தைத்தனமாகச் சொல்கையில் அவளுக்குப் பாவமாக இருந்தது.

மறுநாளைக்கு டாக்டரை அவசரப்படுத்தி அவள் ஆஸ்பத்திரிக்கு அவருடன் விரைந்தாள்.

அவளைப் பார்த்ததுமே அவன் முகம் மலர்ந்ததை அவள் கவனித்தாள். நர்ஸ் வெளியில் போயிருந்த சமயம் அவன் முகத்தைத் தூக்கி வைத்துக் கொண்டு சொன்னான்.

"இந்த நர்ஸ் சுத்த மோசம். உங்களை மாதிரி இல்லவே இல்லை. மகா முரட்டுத்தனமாக இருக்கிறாள்," என்றான்.

ஆர்த்தி ஒன்றும் சொல்லாமல் சிரித்தாள்.

"நீங்கள்தான் இங்கு ட்யூட்டியில் இல்லையே. எதற்கு இந்த வெள்ளைப் புடவை? நீங்கள் நர்ஸ் என்பதை யாரும் மறக்கக்கூடாது என்றா?" என்றான் ராணா திடீரென்று.

அவளுக்கு முகம் லேசாகச் சிவந்தது. இவனுக்கு வெள்ளைப் புடவை பிடிப்பதில்லை என்று புரிந்தது. அவள் லேசாகச் சிரித்துக் கொண்டே சொன்னாள். "ஏதோ பழக்க தோஷத்தில் கட்டிக் கொண்டுவிட்டேன். நாளையிலிருந்து கலர் புடவை கட்டிகொள்கிறேன்," என்றாள்.

டாக்டர், எலும்பு ஸ்பெஷலிஸ்ட் வந்தார். பார்த்தவுடனேயே அவர் ரொம்ப கெட்டிக்காரர் என்று தெரிந்தது. ராணவைத் தட்டிக் கொட்டி எல்லாம் பார்த்துவிட்டு அன்றிலிருந்தே பல்வேறு எக்ஸ்ரேக்களுக்கு, பரிசோதனைகளுக்கு ஏற்பாடு செய்தார். ராணா நெர்வஸாகத் தெரிந்ததால் ஆர்த்தி காலையிலிருந்து மாலைவரை அவனை விட்டு அசையாமல் இருந்தாள். ஆஸ்பத்திரி டாக்டர் அனுமதி கொடுத்திருந்தார். ராணா இடையில் அவளை வெளியில் போய்க் காட்மாண்டுவைச் சுற்றிப் பார்த்துவிட்டு வரும்படி சொன்னான். அவள் மறுத்து விட்டாள்.

டாக்டர் எல்லாப் பரிசோதனைகளையும் முடித்துவிட்டுத் தன் முடிவைச் சொன்னார். ஆபரேஷன் ஒன்றுதான் வழி என்றார். ராணா மிகவும் கலங்கிப் போனான். அவனுடைய அப்பாவின்

ஞாபகம்தான் அவனை அதிகமாகத் துன்புறுத்துகிறது என்று அவளுக்குத் தோன்றிற்று.

ஆபரேஷனுக்கு முதல்நாள் அவன் திடீரென்று அவளுடைய கைகளைப் பற்றிக்கொண்டு அழுதான்.

"மிஸ் ஆர்த்தி, நான் சரியாகி விடுவேனா? முன்னைப் போல் நடக்க முடியுமா? என் ஃபாக்டரியை கவனிப்பேனா?"

ஆர்த்தி மிகமிகக் கனிவுடன் அவன் நெற்றியை நீவியபடி சொன்னாள். "கண்டிப்பாக நடப்பீர்கள். என்னை நம்புங்கள்."

அந்த வினாடியில் தான் ஒரு பந்த பாசமற்ற நர்ஸ் என்பதே அவளுக்கு மறந்து போயிற்று...

ஆர்த்தி ஆபரேஷன் தியேட்டர் வாசலில் நின்றிருந்தாள். டில்லி ஆஸ்பத்திரியாக இருந்தால் அவள் தியேட்டருக்குள் இருந்திருப்பாள். இங்கே டாக்டர் அவளை அனுமதிக்கவில்லை. ராணாவின் சொந்த டாக்டர் உள்ளேயிருந்தார்.

ஆர்த்திக்குக் கவலையாக இருந்தது. கூடவே தன் மனநிலையைக் கண்டு ஆச்சரியமாக இருந்தது. இதுவரை எந்தப் பேஷண்டைப் பற்றியும் இப்படி ஆத்மார்த்தமாகத்தான் கவலைப்பட்டதில்லை என்று அவள் நினைத்துக் கொண்டாள். முன்பின் தெரியாத ஓர் இடத்தில் அவள் பிறந்து வளர்ந்த சூழ்நிலைகளிலிருந்து முற்றிலும் வேறுபட்ட சூழ்நிலையில் இருக்கும் ஓர் அன்னியனிடம் தனக்கு இப்படி ஆத்மார்த்தமாகக் கவலை ஏற்படுவதைக் கண்டு அவளுக்கு ஆச்சரியமாக இருந்தது. அவன்மேல் அவளுக்கு ஏற்பட்ட பச்சாதாபத்தினால் தோன்றிய உணர்வா இது? அவனைவிடப் பரிதாபமான நிலையில் இருப்பவர்களை அவள் பார்த்திருக்கிறாள். அவர்கள் மேல் தோன்றாத ஓர் ஆழமான அக்கறை இவன்மேல் தோன்றுவானேன்? அவனுடைய சிவந்த நிறமும் வரிசைப் பற்களும் தீர்க்க நாசியும் குறும்புக் கண்களும் அவளுள் ஏதேனும் போதையை ஊட்டிவிட்டனவா?

அவள் திடுக்கிட்டு விழித்துக் கொண்டாள். இது என்ன பைத்தியக்காரத்தனமாக மனம் ஓடத் தொடங்கிவிட்டது? ராணாவுக்கும் அவளுக்கும் என்ன சம்பந்தம்? அவன் பரம்பரைப் பணக்காரன். ராஜ வம்சத்தைச் சேர்ந்தவன். பாஷை வேறு: தேசமே வேறு. பருவக் கோளாறினால் அவனுடைய அழகிய கம்பீர உருவம் அவளுள் ஏதேனும் சலனத்தை ஏற்படுத்தியிருந்தால் அதை முளையிலேயே கிள்ளி எறிய வேண்டியதுதான். இத்தனை வருஷங்கள் வரை அவள் மனத்தில் யாரைப் பார்த்தும் இப்படியொரு சலனம் ஏற்பட்டதில்லை என்று அவள் நினைத்துக் கொண்டாள். ராணாவின் பார்வையும் குறும்புப் பேச்சும் அவளுள் ஒரு பிரவாகத்தைக் கிளப்புகிற மாதிரி இருந்தது. அவள் திரும்பத் திரும்பக் கலவரத்துடன் சொல்லிக் கொண்டாள். 'நான் ஒரு நர்ஸ். ராணாவுக்கும் எனக்கும் எந்தவிதத்திலும் சம்பந்தமில்லை. நான் இன்னும் சில வாரங்களில் இங்கிருந்து கிளம்ப வேண்டியவள். டில்லிக்குத் திரும்பியதும் தினப்படி அலுவல்களிடையே ராணாவைப் பற்றிய நினைவே வராது. அவள் பழகிய பல பேஷண்டுகளில் அவனும் ஒருவன் என்கிற எண்ணம்தான் இருக்கப் போகிறது. பழையபடி ராணா நடக்க ஆரம்பித்துவிட்டால் தன் சொத்து சுதந்திரங்களைப் பராமரிக்க ஆரம்பித்து விட்டால் ராணா வம்சத்துப் பெண் ஒருத்தியை அவன் கல்யாணம் செய்துகொள்ள அதிக நாள் பிடிக்காது...'

ஆபரேஷன் தியேட்டர் கதவு திறந்தது. இத்தனை நேரமாக அவள் அடக்கி அடக்கி வைத்துக் கொண்டிருந்த மனம் கட்டுக்கடங்காமல் திமிறிக்கொண்டு கிளம்பின மாதிரி இருந்தது. ஆபரேஷன் என்ன ஆயிற்றோ என்கிற கவலை அடி வயிற்றிலிருந்து கிளம்பிற்று. இன்னும் சில வாரங்களில்தான் இந்தியாவுக்குக் கிளம்ப வேண்டும் என்பது மறந்தே போயிற்று.

ஸ்ட்ரெச்சர் வெளியே வந்தது. அவனுடைய முகம் மட்டும் வெளியில் தெரிந்தது. மயக்க நிலையில் இருந்த அந்த

முகத்தில் வழக்கமான கர்வமும் குறும்பும் தெரியவில்லை. பால் வடிந்தது. பரிதாபமாக இருந்தது பார்க்க, இவன் சரியாவானா, நடப்பானா என்கிற ஒரு ஏக்கமும் பரிவுணர்வும் அவள் மனத்தை வியாபித்தது. டாக்டர்கள் வெளியே வந்தார்கள்.

"டாக்டர், ஆபரேஷன் ஸக்ஸஸா?" என்று அவள் மிகக் கவலையோடு கேட்பதை டாக்டர் ஒரு வினோதத்துடன் பார்த்துவிட்டுச் சொன்னார்.

"ஸக்ஸஸ்தான். முதுகில் சீக்கிரம் சுரணை வந்துவிட்டால் கம்ப்ளீட் ஸக்ஸஸ்தான். நிறைய உடற்பயிற்சியும் இனிமேல் செய்தாக வேண்டும். உங்களுக்கு அதில் எல்லாம் டிரெயினிங் இருக்கிறது இல்லையா நர்ஸ்?"

"இருக்கிறது டாக்டர். அதற்குத் தேவைப்படக்கூடிய கருவிகள் இங்கே கிடைக்குமா?"

"கிடைக்கும். வாங்கிக்கொண்டு போகலாம். இன்னும் ஒரு வாரம் இங்கு அப்ஸர்வேஷனில் இருக்க வேண்டும். ஊருக்குப் போனதும் நான் சொல்லும் உடற்பயிற்சி ஆரம்பியுங்கள். குணம் தெரியும்."

"ஓ.கே. டாக்டர். ஐ ஷல் டூ மை பெஸ்ட்."

அதற்கடுத்த நாட்கள் அவள் ராணாவை விட்டு நகரவேயில்லை. இரவு மட்டும் ஹோட்டலுக்குச் சென்று படுத்துக்கொண்டாள். அவனுக்கு உடற்பயிற்சி தர வேண்டிய விதங்களைப் பற்றியும் கருவிகளைப் பற்றியும் டாக்டரிடம் கேட்டுக் கேட்டுத் தெரிந்து கொண்டாள். கூட வந்த குடும்ப டாக்டர், இடையே ஊருக்குப் போய் மறுபடி வருவதாகச் சொல்லிவிட்டுப் போனார்.

ஒரு மத்தியானம் ஆர்த்தி ராணாவுக்குச் சாத்துக்குடி பிழிந்து கொண்டிருந்தாள். நடுவில் அவள் தலை நிமிர்ந்தபோது ராணா அவளையே பார்ப்பது தெரிந்தது. அவளுக்கு லேசாக முகம் சிவந்தது. அவன் சட்டென்று தன்னைச் சமாளித்துக்கொண்டு

அவளைப் பார்த்துச் சிரித்தான். சிவந்த உதடுகளை, வரிசைப் பற்களை, கரிய மீசையைப் பார்க்கையில், மனத்தில் ஏதோ கழன்று போவதுபோல் அவளுள் ஒரு சிலிர்ப்பு ஏற்பட்டது. இவளை மறப்பது சாத்தியமா? இவனை விட்டுவிட்டு இன்னும் சில வாரங்களில் கிளம்ப முடியுமா?

அவள் சட்டென்று தன்னைச் சமாளித்துக்கொண்டு பதிலுக்குச் சிரித்தாள்.

"மிஸ் ஆர்த்தி. இங்கிருக்கிற டாக்டர் உங்களைப் பற்றி என்ன சொன்னார் தெரியுமா?" என்றான் ராணா.

"என்ன?"

"நீங்கள் ஒரு சாதாரண நர்ஸ் இல்லை என்கிறார். வீட்டு மனுஷி மாதிரி. இத்தனை அக்கறையும் கவலையும் படுகிற நர்ஸை அவர் பார்த்ததில்லை என்கிறார்."

அவள் சட்டென்று முகத்தைக் குனிந்து கொண்டு ஜூஸைப் பிழிவதில் ஈடுபட்டாள். கண்களில் நீர் நிறையும் போல் இருந்தது. 'நான் வெறும் ஒரு நர்ஸ் இல்லை என்று இவர்களுக்குச் சொல்ல முடியுமா? எனக்கும் ஒரு மனம் உண்டு, அதில் உணர்ச்சிகள் உண்டு, அவற்றை அடக்கத் தெரியாத பேதைமை உண்டு,' என்று சொன்னால் இவர்கள் புரிந்து கொள்வார்களா? மனத்தைப் பூட்டத் தெரியாவிட்டால் உன் உத்தியோகத்திற்கு நீ லாயக்கில்லை என்பார்களோ? எட்டாத நிலவுக்கு ஏங்காதே என்று உபதேசிப்பார்களோ?

அவள் பதிலே பேசாமல் ஜூஸைப் பிழிந்து க்ளாஸில் ஊற்றி அவனிடம் கொடுத்தாள்.

அதை அவன் வாங்கிக்கொண்டு அவளை தீர்க்கமாகப் பார்த்தான்.

"மிஸ் ஆர்த்தி. நீங்கள் முன்னைக்கு இப்பொழுது இளைத்துவிட்டீர்கள். ஊரில் இருந்ததை விட இங்கே அதிகமாக வேலை செய்கிறீர்கள்."

"இல்லையே!"

"ஆமாம். வேறு நர்ஸாக இருந்தால் இங்கேதான் ஆஸ்பத்திரி நர்ஸ் இருக்கிறாளே நான் ஏன் செய்ய வேண்டும் என்றிருப்பார்கள். நான் தேஜ்பஹதூர் ராணாவுக்கு ரொம்ப நன்றி சொல்லவேண்டும், உங்களைச் சிபாரிசு செய்ததற்காக..."

அவ்வளவுதானா? அவ்வளவுதானா? ஆர்த்தி ஒரு வினாடி அவனைப் பார்த்துவிட்டு ஜன்னலண்டைப் போய் நின்றாள். "நீங்கள் என்னை அதிகமாகப் புகழ்கிறீர்கள்." என்றாள் உணர்ச்சியற்ற குரலில்.

"இது புகழ்ச்சி இல்லை என்று உங்களுக்குத் தெரியும்." ராணாவின் குரலில் ஒரு நெகிழ்ச்சி தெரிந்த மாதிரி இருந்தது.

அவள் சட்டென்று அவனைத் திரும்பிப் பார்த்தாள். அவன் அவளுடைய பார்வையைத் தவிர்ப்பவன் போல் தலையைக் குனிந்து கொண்டான்.

இருவரும் வெகுநேரம் அவரவர்கள் சிந்தனையில் லயித்தபடி இருந்தார்கள். வெளியில் தெரிந்த காட்மாண்டுவின் குளுமையையும் ஆஸ்பத்திரியின் காம்பவுண்டுக்குள் தெரிந்த விதவிதமான பூந்தொட்டிகளையும் எந்தவிதமான உணர்வும் இல்லாமல் அவள் பார்த்தபடி நின்றாள். இந்த மாதிரி பிரயோசனமில்லாத உணர்ச்சிக் கொந்தளிப்பில் மாட்டிக்கொள்வதில் ஏதும் லாபமில்ல என்று அவள் தன்னைச் சமாளித்துக்கொண்டு அவனருகில் சென்று க்ளாஸை வாங்கிக் கொண்டாள்.

"தூங்குகிறீர்களா? தலைப் பக்கத்தை கீழே இறக்கி விடட்டுமா?" என்று அவள் கேட்டாள் பேச்சை மாற்றுவதற்காக.

"சரி," என்றான் ராணா.

அவள் கட்டிலைச் சமப்படுத்திவிட்டுத் தலையணையையும் பெட்ஷீட்டையும் சரிசெய்வதற்காக அவன் முதுகை லேசாகத் தூக்கினாள்.

அவன் வலியினால் பெரிதாகக் கத்தினான்.

அவள் திடுக்கிட்டுப் போய் அவனைப் பார்த்தாள். இதுவரை அவனுக்கு அங்கு சுரணையிருந்ததில்லை. அவள் ஏதோ புரிந்து போனாற்போல் முகமெல்லாம் பிரகாசமாய் அவனைப் பார்த்துக் கேட்டாள். "எங்கே? எங்கே வலிக்கிறது?"

அவன் முதுகின் அடிப்பாகத்தைக் காட்டினான்.

அவள் தன் சந்தோஷத்தைக் கட்டுப்படுத்த முடியாமல் அவனுடைய கைகளைப் பிடித்துக் கொண்டாள். "ஓ, உங்களுக்குச் சுரணை வந்துவிட்டது. இனிமேல் மெல்ல மெல்லச் சரியாகிவிடுவீர்கள்!"

பளபளக்கும் அவள் முகத்தை அவன் நம்ப முடியாதவன் மாதிரிப் பார்த்தான். "நிஜமாகவா? நீங்கள் சொல்வதை நான் நம்பலாமா?"

"நிச்சயமாக நம்பலாம்." என்றாள் அவள் புன்னகையுடன்.

அவன் மிகவும் உணர்ச்சிவசப்பட்டுப் போனான். கண்களில் நீர் நிறைந்தது. மாறி மாறிப் புன்னகை புரிந்தான். "நான் மறுபடியும் நடக்க ஆரம்பித்தால் என்னுடைய நன்றி உங்களுக்குத்தான் முதலில்!"

"நான் என்ன செய்தேன்? அந்த டாக்டரல்லவா ஆபரேஷன் செய்தார்?"

"இருந்தும் உங்களால்தான் நான் காட்மாண்டு வருவதற்குச் சம்மதித்தேன். நீங்கள்தான் என் மனத்தை மாற்றினீர்கள்."

அவன் அப்படி மனப்பூர்வமாகச் சொன்னது அவளுக்குச் சந்தோஷமாக இருந்தது.

டாக்டரிடம் அவள் உடனே போய்ச் சொன்னாள் அவனுடைய முதுகில் தெரிந்த வலியைப் பற்றி. அவர் வந்து பார்த்து இது நல்ல அறிகுறி என்றார். நிதானமாக முழுவதும்

சுரணை வரலாம் என்றார். அதற்கு நிறைய உடற்பயிற்சி செய்வது அவசியம் என்றார்.

அவர்களை ஒரு வாரம் கழித்துப் புறப்படலாம் என்றார் டாக்டர். அந்த ஒரு வாரம் கழிவதற்குள் ராணாவுக்கு இருப்புக்கொள்ளவேயில்லை. தன்னுடைய ஃபாக்டரி நினைவு அடிக்கடி வந்து அவன் புலம்ப ஆரம்பித்தான்.

கடைசியில் ஒரு வழியாக அவர்கள் காட்மாண்டுவிலிருந்து கிளம்பினார்கள். ராணாவின் பங்களாவுக்குள் வண்டி நுழையும்போது அவளுக்குச் சொந்த இடத்துக்கு வந்த மாதிரி இருந்தது.

ராணி வாசலிலேயே காத்திருந்தாள். ஆர்த்தி சொல்லியிருந்தபடி ராணி கீழேயே அறைகளை ஏற்பாடு பண்ணியிருந்தாள். அதனால் ராணாவுக்கு அதிகத் தொந்தரவு இல்லாமல் படுக்கையில் கிடத்தினார்கள். புதிய ஏற்பாட்டை அங்கீகரித்தவன் மாதிரி ராணா ராணியிடம் ஏதோ சொன்னான்.

"நீங்கள் என்ன இளைத்துவிட்டீர்கள்?" என்றாள் ராணி ஆர்த்தியைப் பார்த்து.

உடனே ராணா ஆரம்பித்து விட்டான் ஆர்த்தியைப் பற்றிப் புகழ் பாட. ஆர்த்தி தன் சங்கோஜத்தை மறைத்துக்கொள்ளச் சாமான்களை எடுத்து வைப்பதில் ஈடுபட்டாள். ராணாவின் அறைக்கு ஒட்டினாற்போல் இருந்த அவளுடைய அறை சௌகரியமாக இருந்தது. ராணியும் ராணாவும் பேசிக் கொண்டிருக்கையில் அவள் கை கால் கழுவிக்கொண்டு தன்னுடைய வெள்ளைப் புடவையைக் கட்டிக்கொண்டு வந்தாள்.

அவளைப் பார்த்ததும் ராணா சிரித்தான். "ட்யூட்டியில் சேர்ந்தாயிற்றா?" என்று பரிகசித்தான்.

அவள் அவனுடைய பரிகாசத்தைப் பொருட்படுத்தாமல், தான் நர்ஸ் என்பதை மறக்கக்கூடாது என்கிற தீவிரத்துடன்

செயல்பட ஆரம்பித்தாள். காட்மாண்டு டாக்டர் சொல்லியிருந்த உடற்பயிற்சியை மெல்ல மெல்ல ஆரம்பித்தாள். முதலில் அவன் அதற்கு மிகவும் முரண்டு பண்ணினான். இதையெல்லாம் செய்தால்தான் விரைவில் குணமடைய முடியும் என்று அவன் சிறு பிள்ளைக்குச் சொல்கிற மாதிரி பொறுமையாகச் சொல்லிச் சொல்லி இணங்க வைத்தாள். வாயை மூடிக்கொண்டு உடற்பயிற்சி செய்வதெல்லாம் அவனுக்கு ஆயாசமாக இருந்தது. அவளிடம் ஏதாவது பேச்சுக் கொடுத்துக் கொண்டேயிருந்தான். அவளைப் பற்றிச் சொல்லச் சொல்வான். அவள் பிறந்த ஊரைப் பற்றி, அம்மா அப்பாவைப் பற்றி அவர்கள் இறந்ததைப் பற்றி. அவளுடைய காதலனைப் பற்றி...

அவள் எல்லாவற்றையும் சொல்லிக்கொண்டு வந்தவள் திடுக்கிட்டுத் தலையை அசைத்தாள்.

"காதலன் யாருமில்லை எனக்கு."

"என்னால் நம்ப முடியாது." என்று சீண்டினான். அவன், "இவ்வளவு அழகான பெண்ணைப் பார்த்து யாருமே திருமணம் செய்து கொள்கிறேன் என்று சொன்னதில்லையா?"

அவள் சிரித்தாள். "அனாதை ஏழைப் பெண்களுக்கு அவ்வளவு சுலபத்தில் திருமணம் ஆகிவிடாது!"

"யாரும் உங்களை விரும்பினதில்லையா?"

"தெரியாது."

அவன் யோசனையில் ஆழ்ந்து போனான். "எவ்வளவோ விஷயங்கள் நமக்குத் தெரியாமலே போய் விடுகிறது." என்றான்.

தெரியாமலிருப்பது நல்லது என்று நினைத்தாள் அவள்.

அன்று மாலை அவளிடம் முன்பு டில்லியில் பேஷண்டாக இருந்த தேஜ் பகதூர் ராணா வந்தார் தமது பெண்ணுடன்.

"ஹல்லோ நர்ஸ்!" என்றார் அமர்க்களமாக. "நீ வந்த பிறகு மிக்கியிடம் நல்ல இம்ப்ரூவ்மெண்டாமே? குட்! அதனால்தான் நான் உன்னைச் சிபாரிசு செய்தேன்," என்றார்.

"மீட் மை டாட்டர் ப்ரபா." என்றவர் ஆர்த்தியின் காதுகளில், "மிக்கி எப்பொழுது நடக்கப் போகிறான் என்று இவள் காத்திருக்கிறாள். சீக்கிரம் அவனை நடக்க வை," என்றார்.

அதிர்ந்து போனவளாய் ஆர்த்தி அந்த நேப்பாள அழகியைப் பார்த்தாள்.

பிரபா அவளைப் பார்த்துச் சிரித்தாள். ஓ, இவள் எவ்வளவு அழகாக இருக்கிறாள் என்று நினைத்துக் கொண்டாள் ஆர்த்தி. பிரபாவின் பார்வையும் சிரிப்பும், 'நீ ஒரு நர்ஸ், கேவலம் நீ ஒரு நர்ஸ்தான்,' என்று சொல்கிறமாதிரி அவளுள் ஒரு பிரமை எழுந்தது. அடி மனத்தில் ஒரு நிராசை காரணமில்லாமல் புகுந்து கொண்ட மாதிரி இருந்தது. அவள் சட்டென்று தன்னைச் சமாளித்துக்கொண்டாள்.

பிரபாவைப் பார்த்து இயல்பாகச் சிரித்தாள். "மிஸ்டர் ராணா எழுந்து நடப்பதும் நடக்காததும் கடவுள் கையில் இருக்கிறது," என்றாள் பட்டும்படாமல், சொல்லிவிட்டு அவளே திடுக்கிட்டாள். "நாம் ஏன் இப்படிப் பேசுகிறோம்? இது என்ன பொறாமை உணர்வு மனத்தில்!"

தேஜ் பஹதூர் ராணாவின் முகம் சட்டென்று பயந்த மாதிரி இருந்தது. "ஆபரேஷன் ஸக்ஸஸ்ஃபுல் என்று கேள்விப்பட்டேனே?"

"ஆமாம். ஸக்ஸஸ்ஃபுல்தான். இருந்தும் கொஞ்ச நாள் ஆகும் அவர் எழுந்து உட்காரவே."

"நாளாகட்டும், சரியாகி விடுவார் இல்லையா?"

அவர் குரலிலும் பிரபாவின் பார்வையிலும் தெரிந்த ஆர்வத்தைப் பார்த்து அவளுக்குச் சங்கடமாக இருந்தது. அவள் அவசரமாகச் சொன்னாள்.

"சரியாகிவிடுவார் சந்தேகமில்லை."

பிரபாவின் முகத்தில் தெரிந்த நிம்மதியைக் கவனிக்காத மாதிரி அவள் அவர்களை உள்ளே அழைத்துப் போனாள். அவர்களைப் பார்த்ததும் ராணா மிகுந்த உற்சாகத்துடன் வரவேற்றான்.

ஆர்த்திக்கும் புரிய வேண்டும் என்கிற மாதிரி அவன் தேஜ் பஹதூர் ராணாவிடம் ஆங்கிலத்தில் பேசினான்.

"உங்களுக்கு நான் ரொம்ப நன்றி சொல்ல வேண்டும், மிஸ் ஆர்த்தியை நீங்கள் சிபாரிசு செய்ததற்கு, இதுவரை யாரும் என்னை இவ்வளவு நன்றாகக் கவனித்ததில்லை."

"என்னுடைய டேஸ்டைப் பற்றி நீ சந்தேகமே பட வேண்டாம்!" தேஜ்பஹதூர் ராணா பெரிதாகச் சிரித்தார்.

"நீங்கள் நர்ஸ் என்றதும் சற்று வயதானவர் என்று நான் நினைத்தேன்," என்றாள் பிரபா.

"நல்ல வேளை," என்றான் ராணா. "அந்தக் கிழ நர்ஸ்கள் இருந்தபோது எனக்கு முதுகோடு எல்லா உணர்வுமே மரத்துப் போயிருந்தது!"

தந்தையின் சிரிப்போடு பிரபா கலந்து கொள்ளவில்லை என்பதை ஆர்த்தி கவனித்தாள்.

"நாங்கள் பேசிக் கொண்டிருக்கிறோம். நீ வேண்டுமானால் கொஞ்சம் ரெஸ்ட் எடுத்துக் கொள்," என்று தேஜ்பஹதார் ராணா சொன்னபோது அவருடைய குறிப்பை உணர்ந்து ஆர்த்தி, "தாங்க் யூ" என்று கூறிவிட்டுத் தன்னறைக்குப் போனாள்.

அவளுக்குத் திடீரென்று ஒரு இனந்தெரியாத துக்கம் மனத்தை அழுத்துகிற மாதிரி இருந்தது. கண்களில் நீர்

தளும்புவதைக் கண்டு அவள் வெட்கத்துடன் அதை அவசரமாகத் துடைத்துக் கொண்டாள். கொஞ்சம் வெளியில் நடந்துவிட்டு வந்தால் தேவலை என்று தோன்றிற்று. அவள் வெள்ளைப் புடவையைக் கட்டிக்கொண்டு சால்வையை மேலே போர்த்தியபடி வெளியில் சென்றாள். சிலுசிலுவென்று குளிர்ந்த காற்று வீசியது.

அவள் எங்கும் பார்வையை அலையவிடாமல் நேராக நடந்தாள். தன் மனத்தில் தோன்றியிருக்கும் ஏமாற்றத்துக்கு ஏதும் அர்த்தமேயில்லை என்று அவள் திரும்பத் திரும்பச் சொல்லிக் கொண்டாள். ராணாவின் மேல் அவள் மனத்தில் ஏதேனும் பிரத்தியேகமான பிரமை தோன்றியிருக்குமானால் அதை முளையிலேயே கிள்ளி விடுவதுதான் விவேகம். அசட்டுத்தனமாக ஏதேனும் கற்பனை செய்து கொண்டாளானால் பிறகு ஏற்படும் ஏமாற்றத்துக்கு அவள்தான் பொறுப்பு. ராணாவுக்குக் கொஞ்சம் சரியானதும் இங்கிருந்து கிளம்பிவிட வேண்டியதுதான். டில்லிக்குப் போய்ப் பழையபடி வேலையில் அமிழ்ந்து போனால் எல்லாம் மறந்து விடும்...

ரோடின் இரு மருங்கிலும் பச்சைப் பசேல் என்று வயற்பரப்புகள் இருந்தன. அவள் தன் சிந்தனைகளில் லயித்தபடி எதையும் ஆழ்ந்து பார்க்காமல் நடந்து கொண்டிருந்தாள்.

"ஹல்லோ!"

குரல் கேட்டுத் திடுக்கிட்டுத் திரும்பினாள்.

ராணாவின் ஏஜென்ட் பிரதாப் புன்னகையுடன் நின்று கொண்டிருந்தான். ஃபாக்டரியின் அருகில் அவனுடைய வீடு என்று அவள் கேள்விப்பட்டிருந்தாள். அவன் ஒரு வீட்டின் வாசலில் நிற்பது தெரிந்தது. அவ்வளவு தூரம் நடந்து வந்துவிட்டோமா என்று அவளுக்கு ஆச்சரியமாக இருந்தது.

"ஓ. ஹல்லோ!" என்றாள்.

அவன் சிரித்தபடியே கேட்டான். "ஏது இவ்வளவு தூரம் வந்துவிட்டீர்கள் இன்று? ராணா மனம் வந்து உங்களை வெளியில் விட்டாரா?"

அவளுக்குச் சுருக்கென்று ஒரு ரோசம் ஏற்பட்டது, "எனக்கு எந்தவிதக் கட்டுப்பாடும் இல்லையே அங்கே?"

அவன் சிரித்தான். "ஐயோ பாவம். எனக்குத் தெரியும் உங்களுக்கு எப்படிப்பட்ட வேலை என்று. இருபத்துநாலு மணி நேரமும் ராணவைக் கவனித்துக்கொள்ள வேண்டுமென்றால் அது சாதாரண வேலையில்லை. உங்களை நான் அதிகம் வெளியில் பார்த்ததில்லை!"

"உங்களையும் நான் அதிகம் பார்த்ததில்லையே?" என்றாள் அவள் தன்னையறியாமல்.

ஏதோ பெரிய ஜோக்கைக் கேட்டவன் மாதிரி அவன் பெரிதாகச் சிரித்தான். "யூ ஆர் ஸ்மார்ட், ஆர்ன்ட் யூ?" என்றான் அவளுக்கு நேரடியாக பதில் சொல்லாமல், பிறகு, "உள்ளே வாருங்கள். சூடாக ஒரு கப் டீ குடிக்கலாம்," என்றான்.

அவள் தயங்கினாள். ராணா அன்று கோபித்துக் கொண்டது ஞாபகத்திற்கு வந்தது. 'யார் கூப்பிட்டாலும் அவர்கள் வீட்டுக்குள் நுழைந்துவிடலாமா?' என்று கேட்டது நினைவுக்கு வந்தது.

"பயப்படாதீர்கள். இங்கு நீங்கள் வந்து டீ சாப்பிட்டதை யாரும் ராணாவிடம் சொல்லிவிட மாட்டார்கள்," என்று சிரித்தான் பிரதாப்.

இவன் எஜமானனை எஜமானனாகவே மதிக்கவில்லை என்று அவள் நினைத்துக் கொண்டாள். அதற்காகவே இவன் வீட்டிற்குள் நுழையக்கூடாது என்று அவளுள் ஒரு ஆத்திரம் வந்தது.

"நான் டீ குடிக்கும் நேரம்தான் இது. வாருங்கள்" என்றான் அவன் மறுபடி.

போகக்கூடாது என்கிற எண்ணத்தோடு, இவன் எப்படி வாழ்கிறான் அதையும்தான் பார்ப்போமே என்று அவளுள் ஒரு வேகம் வந்தது. "சரி," என்றபடி அவள் உள்ளே நுழைந்தாள்.

அவன் வீட்டுக்குள் நுழைந்ததும் அவளுக்குப் பிரமிப்பாக இருந்தது. அறை அலங்காரம் மிகப்பிரமாதமாக டாம்பீகமாக இருந்தது. வெறும் ஒரு ஏஜெண்டின் சம்பளத்தில் இவனால் நிச்சயமாக இப்படி வாழ முடியாது என்று தோன்றிற்று. உள்ளே சென்று வேலைக்காரனிடம் ஏதோ சொல்லிவிட்டுப் பிரதாப் மிக ஸ்டைலாக ஒரு சிகரெட்டைப் பற்ற வைத்துக்கொண்டான். பிறகு அவளைக் குறும்பாகப் பார்த்து, "ட்ரிங்ஸ் சாப்பிடும் வழக்கம் உண்டா உங்களுக்கு?" என்றான்.

அவளுக்குத் தூக்கிவாரிப் போட்டது. "ஐயோ! அந்தப் பழக்கம் எல்லாம் கிடையாது எனக்கு."

அவள் பதற்றத்தைப் பார்த்து அவன் சிரித்தான். "ஏன் இப்படிப் பதறுகிறீர்கள்? ட்ரிங்ஸினால் என்ன தப்பு? எங்களில் எல்லோரும் குடிப்பார்கள். பெண்கள்கூட சகஜமாகக் குடிப்பார்கள்."

"நீங்கள் மலைப் பிரதேசத்தில் வாழ்கிறவர்கள் சீதோஷ்ணத்துக்குத் தகுந்த மாதிரி உங்கள் வழக்கங்களும் வித்தியாசமாக இருக்கும். எங்களில் இந்தப் பழக்கம் கிடையாது..."

"அப்படிச் சொல்லிவிடாதீர்கள். இங்கு வந்திருக்கும் எத்தனையோ இந்தியர்களை நான் பார்த்திருக்கிறேன். மிடாக் குடியர்களாக இருக்கிறார்கள். அதுவும் இங்கே நாட்டுச் சரக்கு மலிவு என்று அவர்கள் போடுவதைப் பார்த்தால் எனக்குச் சிரிப்பு வரும். நான் வெளிநாட்டுச் சரக்கைத் தவிர வேறு எதையும் தொடமாட்டேன்..."

அவளுக்குத் திடீரென்று மனத்துக்குள் ஒரு பீதி படர்ந்தது. இவன் வீட்டுக்குள் இந்த வேளையில் ஏன் நுழைந்தோம் என்றிருந்தது. அவன் சுவாரசியமாகத் தொடர்ந்தான் "இங்கே

அந்தச் சோப்ரா குடும்பம் இருக்கிறதே, கணவன், மனைவி, பெண் மூன்று பேரும் குடிப்பார்கள்.''

இவன் ஒரு மகா மட்டமான ஆள் என்று அவளுக்குத் தோன்றிற்று.

வேலைக்காரன் டீயைக் கொண்டு வந்தான்.

அவர்கள் டீ குடித்துக் கொண்டிருக்கையில் வாசலில் ஒரு ஜீப் வண்டி வந்து நின்றது. நின்ற வேகத்திலேயே இரண்டு ஆட்கள் பாக்கிங் கேஸ் மாதிரி இருந்த மரப்பெட்டிகளைக் கொண்டு வந்து வைத்தார்கள். பிரதாப்பின் முகத்தில் ஒரு கலவரம் படருவதை ஆர்த்தி கவனித்தாள். அவன் சட்டென்று டீ கோப்பையை வைத்துவிட்டு எழுந்தான். அவளிடம், ''எக்ஸ்க்யூஸ் மீ,'' என்று கூறிவிட்டு வாசலுக்கு விரைந்தான். அவன் நேபாளியில் ஏதோ அந்த ஆட்களைப் பார்த்துக் கத்தினான்.

அந்தப் பெட்டிகளில் ஏதோ விஷயம் இருக்க வேண்டும் என்று தோன்றிற்று அவளுக்கு. அவள் மெல்ல எழுந்தாள். வீட்டை விட்டுத் தள்ளியிருந்த வண்டியிடம் பிரதாப் நின்று கொண்டிருந்தான். ஆர்த்தி ஆட்கள் கொண்டு வந்து வைத்திருந்த பெட்டிகளைப் பார்த்தாள். அவை மூடப்பட்டிருக்கவில்லை. ஏதோ சாமான்கள் நியூஸ் பேப்பரினால் மூடப்பட்டிருந்தது. அவள் பேப்பரை மெல்ல விலக்கினாள். அவளுக்குப் பரிச்சயமில்லாத ஒரு பொருள் உலர்ந்த வடிவத்தில் இருந்தது. அவள் கொஞ்சத்தை அவசரமாக எடுத்துத் தன் கைக்குட்டையில் வைத்துக் கொண்டாள். பிறகு வந்து பழையபடியே உட்கார்ந்து கொண்டாள். சிறிது நேரத்தில் பிரதாப் ஆட்களுடன் வந்தான். பெட்டிகளை ஆட்கள் வேறு இடத்துக்கு எடுத்துப் போனார்கள்.

பிரதாப் நெற்றியைத் துடைத்தபடியே வந்தான். ''ஏற்றுமதிக்கு அனுப்ப வேண்டிய மிட்டாய்ப் பெட்டிகளை இங்கே கொண்டுவந்து விட்டார்கள், புதிதாக வந்திருக்கும் ஆட்கள்,'' என்றான்.

ஆர்த்தி பேசாமல் டீயைக் குடித்துவிட்டுக் கோப்பையைக் கீழே வைத்தாள். "நான் போகிறேன்," என்று கிளம்பினாள்.

அவன் வற்புறுத்தவில்லை. அவனுக்கு இங்கு வேலையிருக்கும் என்று அவளுக்கு புரிந்தது.

அவள் விருவிருவென்று வீட்டிற்கு நடக்கையில் அவளுக்கு நிச்சயமாக ஒரு விஷயம் புரிந்தது. இவன் ராணாவுக்குத் தெரியாமல் ஏதோ தில்லு முல்லு செய்கிறான்.

அவள் அவசரம் அவசரமாக நடையைக் கட்டினாள். சோப்ராவின் வீட்டில் ஏதோ பார்ட்டி மாதிரி அமர்க்களப்பட்டது. பிரதாப் அவர்களைப் பற்றிச் சொன்னது ஞாபகத்திற்கு வந்தது. இவர்கள் வாழ்க்கையில் கட்டுப்பாடே இல்லை என்று தோன்றிற்று.

லேசாக இருட்ட ஆரம்பித்துவிட்டது. நேரமாகிவிட்டது என்கிற பரபரப்போடு அவள் ராணாவின் அறைக்குள் நுழைந்தாள். அவன் முகம் கடுகடுவென்றிருந்தது.

"எங்கே போய்விட்டீர்கள் இத்தனை நேரம்?" என்று அவனைப் பார்த்ததுமே அவன் சிடுசிடுத்தான். தேஜ்பஹதூர் ராணாவும், பிரபாவும் அங்கிருக்கவில்லை.

"கொஞ்சம் வெளியில் உலவிவிட்டு வந்தேன். ஸாரி, நேரமாகிவிட்டது." என்றவள் அவனருகில் வந்து மெதுவாகச் சிரித்தாள். "இனிமேல் அப்படிப் போகமாட்டேன். ஸாரி."

அவன் சட்டென்று அடங்கிப்போனவன் மாதிரி முணுமுணுத்தான். "அவர்கள் நகருகிற வழியாய் இல்லை. நர்ஸ் வரட்டும் என்று உட்கார்ந்திருக்கிறார்கள். நான் என்னவோ சாக்குச் சொல்லி அனுப்பினேன். அவர்கள் இன்னும் ஐந்து நாட்கள் இங்குதான் இருக்கப் போகிறார்கள் மேலே..."

அவள் திடுக்கிட்டு அவனைப் பார்த்தாள். தேஜ்பஹதூர் ராணா ஒரு தீர்மானத்தோடுதான் இங்கே வந்திருக்கிறார் என்கிற உணர்வு ஒரு தாக்குத் தாக்கியது.

அவள் சட்டென்று தன்னைச் சமாளித்துக் கொண்டாள். சுற்றுமுற்றும் பார்த்துவிட்டு அவள் அவனிடம் தன் கைக்குட்டையைப் பிரித்துக் காண்பித்தாள். "இது என்ன என்று தெரியுமா?" என்று கேட்டாள்.

அவன் அதை உற்றுப் பார்த்து முகத்தைச் சுளித்தான். "இது அஷிஷ் போதைப் பொருள். உங்களுக்கு எப்படிக் கிடைத்தது?" என்றான்.

# 11

அவன் சொன்னதைக் கேட்டு ஆர்த்தி அதிர்ந்து போனாள், "அஷ்ஷா? மை காட்! அத்தனை பெட்டிகளில் வைத்துக் கொண்டு அவர் என்ன செய்வார்?" என்றாள்.

"எவர்?" என்றான் ராணா பொறுமையில்லாமல்.

"பிரதாப். உங்கள் ஏஜண்ட்."

அவனுடைய முகத்தில் ஒரு சீற்றம் படர்ந்தது. "பிரதாப்பா? அவனை எங்கே பார்த்தீர்கள்?"

அவள் எல்லாவற்றையும் சொன்னாள்.

"எனக்காக உளவு வேலை பார்த்தீர்களா நீங்கள்? அவன் ஏதோ செய்கிறான் என்று சந்தேகமாக இருந்ததே தவிர நிச்சயமாகத் தெரியவில்லை எனக்கு," என்றான் அவன் முகம் சிவக்க.

"இதற்கு என்ன அர்த்தம்? அவர் என்ன செய்கிறார்?"

அவன் கோபத்துடன் சிரித்தான். "இது தெரியவில்லையா? அவன் அஷ்ஷ் கடத்துகிறான் இங்கிருந்து. நேபாலில் நிறைய அஷ்ஷ் கிடைக்கிறது. ஜப்பானிய சாமான்கள் கிடைக்கிறது. இவற்றையெல்லாம் வெளியேற்றுவது சட்டப்படி குற்றம். அவன் இன்னும் என்னவெல்லாம் கடத்துகிறானோ யார் கண்டது?"

ஆர்த்தி அதிர்ச்சியுடன் பார்த்தபடி உட்கார்ந்திருந்தாள். ராணா தீவிர சிந்தனையில் ஆழ்ந்து போனான். பிறகு அவன் மெல்லச் சொன்னான். "இவன் இந்தச் சட்ட விரோதமான நடவடிக்கைகளினால் என்னுடைய ஃபாக்டரிக்கு ஏதும் கெட்ட பெயர் கொண்டுவந்து விடக்கூடாதே என்பதுதான் என் கவலை. இது அவனுடைய சொந்த விவகாரமாயிருந்தால் அது என்னைப் பாதிக்காது. போலீஸ் அதிகாரிகள் பார்த்துக் கொள்வார்கள்... அவன் தன் பெயரில் செய்கிறானா, என்னை இதில் நுழைக்கப் பார்க்கிறானா என்று தெரிய வேண்டும்..."

"நீங்கள் காட்மாண்டுவிலிருந்து வந்த பிறகு கணக்கெல்லாம் ஒப்பிக்க வேண்டும் என்று சொல்லியிருந்தீர்களே, காட்டினாரா?"

"உம். காட்டினான். அது சரியான கணக்கா தப்புக் கணக்கா என்று எப்படித் தெரியும்? ஓ, நான் எப்படிக் கையாலாகாதவனாய்ப் படுத்திருக்கிறேன்! சக்கர நாற்காலியில் உட்கார முடிந்தால்கூட போதும். ஃபாக்டரிக்குப் போய் விடுவேன். அங்கே போய்ப் பார்த்தால்தான் தெரியும் ஆர்த்தி, நான் அந்த நிலைக்கு எப்பொழுது வருவேன்?"

அவளுக்குப் பரிதாபமாக இருந்தது. "சீக்கிரம் வருவீர்கள். கவலைப்படாதீர்கள்" என்றாள் அவள்.

அவன் ஆயாசத்துடன் கண்களை மூடிக் கொண்டான்.

அவன் கேட்கலாமோ கூடாதோ என்று மெல்லக் கேட்டாள். "நீங்கள் ஏன் இந்த ஏஜெண்டைத் தொடர்ந்து வைத்துக் கொண்டிருக்கிறீர்கள் நம்பிக்கையில்லாமலே?"

"வேறு ஆள் கிடைக்க வேண்டாமா ஃபாக்டரியைப் பார்த்துக்கொள்ள? இவன் அம்மாவுக்குத் தெரிந்த ஆள். அம்மாவின் சிபாரிசின் பேரில் வந்து உட்கார்ந்திருக்கிறான்."

இவன் ராணியை ஏதோ மூன்றாம் மனுஷி மாதிரிப் பேசுவது அவளுக்கு ஆச்சரியமாக இருந்தது. ராணியும் ரகசியமாகப்

பிரதாப்புடன்தான் பேசினாளே தவிர, ராணாவிடம் சகஜமாகப் பேசி அவள் பார்க்கவேயில்லை.

"உங்கள் அம்மாவிடம் நீங்களே இதைப்பற்றியெல்லாம் சொல்லலாமே?"

அவன் தலையசைத்தான். "சொல்லி லாபமில்லை. அம்மா என்ன காரணத்தாலோ பிரதாப்பை அனுப்பிவிட இஷ்டப்படவில்லை. வேறு ஆளைத் தேடவே முடியவில்லை."

இவனுக்கும் ராணிக்குமிடையே நெருக்கமேயில்லை என்று அவள் நினைத்துக் கொண்டாள். அது அவளுக்குப் புரியாத புதிராக இருந்தது. ராணா இவ்வளவு தூரம் தன் சொந்தப் பிரச்சினைகளை அவளிடம் சொன்னதை நினைத்துப் பார்க்கையில் அவளுக்கு ஆச்சரியமாக இருந்தது. சந்தோஷமாகவும் இருந்தது.

ராணாவுக்கு இரவுக்கான சாப்பாட்டுக்கு அவள் மாடிக்குச் சென்றபோது ராணி அவளைக் கூப்பிட்டனுப்பினாள்.

ராணியும் பிரபாவும் இன்னும் இரண்டு ஆண்களும் சீட்டாடிக் கொண்டிருந்தார்கள் வரப்போகும் மருமகளை இப்பொழுதே தன் வழியில் பயிற்சி அளிக்கிறாள் ராணி என்று ஆர்த்தியால் நினைக்காமல் இருக்க முடியவில்லை. சிகரெட் புகை மண்டலமாக இருந்தது. பிரபாவும் குடிக்கிறாளோ என்னவோ? இங்கேதான் பெண்களிடையே இதெல்லாம் சகஜம் என்றானே பிரதாப். ராணாவுக்கு எந்தப் பழக்கமும் இல்லை என்று அவளுக்குத் தெரியும். பிள்ளைக்கும் தாய்க்கும் இருந்த வித்தியாசம் அவளுக்கு ஆச்சரியமாக இருந்தது.

"ஆர்த்தி!" என்ற ராணியின் குரலைக் கேட்டு அவள் சுயநினைவுக்கு வந்தாள்.

ராணி அவளைக் கனிவுடன் பார்த்தாள். "ஆர்த்தி, நீங்கள் இன்று எங்களுடன் சேர்ந்து சாப்பிட வேண்டும். தேஜ்பஹதூரும் அவர் பெண்ணும் வந்திருப்பதற்காக ஒரு

சின்ன விருந்து கொடுக்கிறேன். அதில் நீங்கள் கலந்துகொள்ள வேண்டும்.''

"தாங்க்ஸ்,'' என்றாள் ஆர்த்தி தயக்கத்துடன் "ஆனால் ராணாவுக்குச் சாப்பாடு போட்டுவிட்டுத்தானே என்னால் வரமுடியும்?''

"பரவாயில்லை, நாங்கள் காத்திருக்கிறோம். மிக்கிதான் இப்பொழுதெல்லாம் சீக்கிரம் சாப்பிடுகிறானே?'' என்றான் ராணி.

"சரி. தாங்க்யூ.'' என்றபடி ஆர்த்தி சமையற்கட்டுக்குச் சென்றாள். காட்மாண்டுவிலிருந்து வந்த பிறகு தேகப்பயிற்சி நிறையச் செய்ததால் சீக்கிரம் பசிக்கிறது என்று ராணா இரவு எட்டு மணிக்கே சாப்பிட ஆரம்பித்திருந்தான். குளிர் காலம் வேறு ஆரம்பித்துவிட்டதால் எல்லாரும் சீக்கிரம் படுத்துக் கொண்டார்கள்.

அவள் ராணாவுக்குச் சாப்பாட்டைக் கொடுக்கும்போது விஷயத்தைச் சொன்னாள்.

"குட்,'' என்றான் அவன். "உங்களுக்கு ஒரு மாறுதல் வேண்டாமா? விருந்தை ரசிப்பீர்கள் என்று நம்புகிறேன்.''

"உங்களுக்குத் தொந்தரவாக இருக்காதே?'' என்றாள் அவள் தயக்கத்துடன்.

"என்ன தொந்தரவு? சாப்பிட்ட பிறகு ஏதாவது படித்துக் கொண்டிருப்பேன். வேறு ஒன்றும் தேவையில்லை.''

"நான் எதற்கும் பஹதூரை இங்கே உட்காரச் சொல்கிறேன். உங்களுக்கு ஏதாவது தேவையாக இருந்தால் சொல்லியனுப்புங்கள்.''

"ஓகே,'' என்று அவன் சிரித்தான். அவள் அவன் படுப்பதற்கு வசதி செய்த பிறகு அவன் அவளை அவசரப்படுத்தினான், "நீங்கள் போய் ட்ரெஸ் செய்து கொள்ளுங்கள் போங்கள்.''

"சரி," என்று அவள் அறைக்குப் போனாள்.

இன்றைக்கு நன்றாக அலங்கரித்துக்கொள்ள வேண்டும் என்று அவளுள் ஓர் ஆசை எழுந்தது. இந்த ஆசைக்குப் பிரபாதான் காரணம் என்று புரிந்தபோது அவளுக்கு வெட்கமாக இருந்தது தன் புத்தி போகும் போக்கை நினைத்து. அவள் தன் பெட்டியிலிருந்த ஒரே ஒரு காஞ்சிபுரம் புடவையை எடுத்தாள். மயில் கழுத்துக் கலரில் அரக்கு பார்டர். அம்மாவின் புடவை. அவளுக்கு அது மிகவும் எடுப்பாக இருக்கும் என்று அவளுக்குத் தெரியும். கூந்தலைக் கொண்டை போட்டுக் கொண்டு அவள் தான் கொண்டு வந்திருந்த சாதாரண முத்துத் தோட்டையும் முத்து மாலையையும் அணிந்து கொண்டாள். கண்ணாடியில் தன் உருவத்தைப் பார்த்துத் திருப்தியுடன் வெளியில் வந்தாள்.

ராணாவிடம் சென்று, "போகட்டுமா நான்?" என்றாள்.

படித்துக் கொண்டிருந்த பத்திரிகையிலிருந்து கண்ணை எடுத்தவன் அவளை வைத்த விழி வாங்காமல் ஒரு வினாடி பார்த்தான்.

பிறகு லேசாக விசிலடித்தான்.

அவளுக்கு முகம் சிவந்து போயிற்று.

"ஓ! நீங்கள் ரொம்ப அழகாக இருக்கிறீர்கள். அது சரி, நீங்கள் தினசரியே இந்த மாதிரி ட்ரெஸ்ஸில் இருந்தால் என்ன? நான் கொஞ்சம் சந்தோஷப்பட்டால் உங்களுக்கு என்ன குறைந்து போய்விடும்."

அவள் சிரித்தாள்.

"சரியாய்ப் போச்சு. அப்புறம் ரெண்டு விஷயத்துக்கு ட்ரீட்மென்ட் கொடுக்கும்படி ஆகிவிடும்!"

"உங்களுக்குத்தானே?" என்றான் அவன் குறும்புடன்.

அவள் தன் கலக்கத்தை மறைத்துக்கொண்டு சொன்னாள். "நீங்கள் சீக்கிரம் நடமாட ஆரம்பியுங்கள். நான் டில்லி கிளம்புகிறேன்."

"நான் நடமாட ஆரம்பித்ததும் நீங்கள் டில்லி போய்விடுவீர்கள் என்றால் நான் நடக்கவே போவதில்லை.''

பேச்சு விபரீதமாகப் போகிறது என்று உணர்ந்து சட்டென்று தன்னைக் கட்டுப்படுத்திக் கொண்டாள்.

"ஓ, நீங்கள் மிகவும் விளையாட்டுப் பிள்ளையாய் இருக்கிறீர்கள்,'' என்றாள்.

"இல்லை. ஐ ஆம் கொயட் ஸீரியஸ் அபெளட் இட்.''

"பட் ஐ யாம் நாட்,'' என்று சிரித்தபடியே அவள் திரும்பிப் பார்க்காமல் நகர்ந்தாள். அவனுடைய முகத்தைப் பார்ப்பதற்கே அவளுக்கு யோசனையாக இருந்தது.

அவள் மேலே சென்றபோது நாலைந்து ஆண்கள் உட்கார்ந்திருந்தார்கள். பிரபா அழகாக அலங்காரம் செய்து கொண்டிருந்தாள். ஆர்த்தியைப் பார்த்ததும் ஆண்கள் வணக்கம் தெரிவிக்க எழுந்தார்கள்.

ராணி அருகில் வந்து, "மிக அழகாயிருக்கிறீர்கள் இன்று,'' என்றாள்.

ஆர்த்தி புன்னகையுடன், "தாங்க்யூ,'' என்று கூறிவிட்டுப் பிரபாவின் அருகில் உட்கார்ந்து கொண்டாள். பிரபா அவளைப் பற்றி விசாரிக்க ஆரம்பித்தாள். தூண்டித் துருவி அவள் கேட்கும் சாமர்த்தியத்தைப் பார்க்கும்போது அவளுக்கு ஏதோ ஒரு வகையில் ஆர்த்தியின் மேல் பொறாமை உணர்வு இருந்த மாதிரி தோன்றிற்று. அதை உணர்ந்தபோது ஆர்த்திக்குச் சிரிப்பாக வந்தது. அவளுடைய குடிப்பிறப்பே அவளுக்குப் பெரிய பலம் என்று அவளுக்குப் புரியவில்லையா? கேவலம் ஓர் ஏழை இந்திய நர்ஸ் அவளுக்குப் போட்டியாக முளைக்க முடியுமா? இந்தப் பொறாமை உணர்வுக்கு ஆதாரமேயில்லை என்று சொல்ல வேண்டும்போல் இருந்தது. 'இன்னும் இரண்டு மூன்று வாரங்களில் ராணாவுக்குச் சற்றுச் சரியானதும், நான் கிளம்பிப் போன பிறகு ராணா ஜாம் ஜாம் என்று உன் கையை

பிடிப்பார். சந்தேகமேயில்லை,' என்று சொல்ல வேண்டும்போல் இருந்தது. உன் கவலைக்கு அர்த்தமேயில்லை என்று சிரிக்க வேண்டும்போல் இருந்தது. வாஸ்தவத்தில் எனக்குத்தான் உன் மேல்...

ஆர்த்தி சட்டென்று தன்னைச் சமாளித்துக் கொண்டாள். இந்த மாதிரி எண்ண ஓட்டத்தைத் தடுக்க வேண்டும் என்று தீவிரமாக நினைத்துக் கொண்டாள். இன்னும் இரண்டு மூன்று வாரங்களில் கிளம்ப வேண்டும்... இப்படி யோசிப்பதில் ஏதும் லாபமில்லை.

எல்லோரும் நேப்பாளியிலே பேசினார்கள். இடையில் அவளுக்காகச் சிரமப்பட்டு நினைவுபடுத்திக் கொண்டு ஹிந்தியில் பேசினார்கள். அவளுக்கு அலுப்பாக வந்தது. இங்கு தனக்கு இடமேயில்லை என்று தோன்றிற்று. இந்த மாதிரி ஒரு சூழலில் தன்னுள் உதித்த எண்ணமே பைத்தியக்காரத்தனமானது என்று புரிந்தது.

ஒரு வழியாகச் சாப்பாடு முடிந்ததும் அவள் தன்னால் அதிக நேரம் உட்கார்ந்திருக்க முடியாது என்று சொல்லிவிட்டுக் கிளம்பினாள்.

ராணா அவளுக்காகக் காத்துக்கொண்டிருந்த மாதிரி இருந்தது. "ஏன் இவ்வளவு நேரம்? விருந்து ரொம்ப பலமா?" என்றான் அவன் அவளைப் பார்த்த உடனேயே.

அவள் சிரித்தாள். "நேரமா? விருந்து முடிந்ததும் மரியாதைக்குக் கூட உட்காராமல் நான் பிய்த்துக்கொண்டு வந்து விட்டேனே?"

"ஏன், என்ன காரணம்?"

அவன் அப்படித் திடீரென்று கேட்பான் என்று அவள் எதிர்பார்க்கவில்லை. அவள் ஒரு விநாடி தயங்கினாள். பிறகு அவனைப் பார்த்தாள். அவன் அவளையே ஆர்வத்துடன் பார்த்துக் கொண்டிருப்பது தெரிந்தது. அந்தப் பளபளக்கும்

கரிய கண்களும் அந்தச் சிவந்த உதடுகளும் ஒரு கணம் அவளுக்குப் போதையூட்டின. நிலைதடுமாறிற்று: மார்பு படபடத்துக் கொண்டு கன்னமெல்லாம் சூடேறிப்போன மாதிரி இருந்தது. அவள் சட்டென்று தன்னைச் சமாளித்துக்கொண்டாள். இந்த அலங்காரத்தின் விளைவு இதெல்லாம் என்று நினைத்துக்கொண்டாள். நர்ஸின் வெள்ளை உடுப்பில் மனம் இப்படியெல்லாம் பேதலித்துப் போகாது என்று தோன்றிற்று.

"உங்களுக்கு ஏதாவது உதவி வேண்டியிருக்குமோ என்று வந்துவிட்டேன்."

அவன் கைகளை உயரத் தூக்கி, கழுத்துக்கடியில் கோத்துக் கொண்டான். பிறகு சிரித்துக்கொண்டே கேட்டான். "நான்தான் சொல்லியிருந்தேனே ஒரு உதவியும் வேண்டாம் என்று!"

அவன் வம்புக்கிழுக்கிறான் என்பது அவளுக்குப் புரிந்தது. "நான் ஒரு நர்ஸ் என்பதை என்னால் மறக்க முடியவில்லை. அதுதான் காரணம்."

அவன் முகம் சட்டென்று விழுந்த மாதிரி இருந்தது. அவனுக்கு எந்த வகையிலோ அவளுடைய பதில் ஏமாற்றத்தைக் கொடுத்துவிட்டது என்று அவளுக்குப் புரிந்தது. அவள் அவன் பார்வையைத் தவிர்த்தபடி சொன்னாள்.

"அது மட்டுமில்லை. அங்கு வந்திருந்தவர்களிடமிருந்து நான் ரொம்ப வித்தியாசமானவள். அவர்கள் பேச்சு எனக்குப் புரியவில்லை. அவர்களது பழக்கவழக்கங்கள் எனக்கு இல்லை. எனக்கு எப்படி மனம் பொருந்தும்?"

ராணா அதற்குப் பதில் சொல்லாமல் உட்கார்ந்திருந்தான்.

அவன் தூங்குவதற்குச் சௌகரியம் செய்து அவனைப் படுக்க வைத்த பிறகு அவள் தன் அறைக்குச் சென்று உடையை மாற்றி நைட் கவுன் அணிந்து கொண்டாள். அன்றைக்கு மிகவும் அலுப்பாக இருந்தால் படுக்கையில் படுத்ததும் அவள் தூங்கிப் போனாள். திடீரென்று ராணா அவளைப்

பெரிய குரலில் கூப்பிடுகிற மாதிரி இருந்தது. அவள் அலறி அடித்துக்கொண்டு எழுந்தாள். நினைவேயில்லாமல் நைட் கவுனுடன் ராணாவிடம் விரைந்தாள்.

ராணா முதுகில் தாங்கமுடியாமல் வலிக்கிறது என்றான். இது ஒரு நல்ல அறிகுறிதான் என்று அவள் உணர்ந்தாலும் அவன் வலியைக் குறைப்பதற்காக மருந்தும் தூக்கத்திற்காக இன்ஜெக்ஷனும் அவனுக்குக் கொடுத்தாள். கொஞ்ச நேரம் முனகிக் கொண்டு அவன் கடைசியில் தூங்கிப் போனான். அவன் மறுபடியும் விழித்துக் கொள்வான் என்கிற சந்தேகத்தில் அவள் கட்டிலுக்கருகிலேயே நாற்காலியில் சாய்ந்தபடி உட்கார்ந்தாள்.

திடீரென்று யாரோ நிற்கிற மாதிரி ஏற்பட்ட உணர்வில் அவள் தலையை நிமிர்த்தினாள். கதவருகில் பிரபா நின்றிருந்தாள்.

ஆர்த்தி திடுக்கிட்டாள். தான் நைட் கவுனில் உட்கார்ந்திருப்பது அப்போதுதான் அவளுக்கு ஞாபகத்திற்கு வந்தது.

ஒரு வினாடி ஆர்த்தி திகைத்துப் போய்ப் பிரபாவைப் பார்த்தாள். தப்பு ஏதும் செய்யாமலேயே தப்பு செய்துவிட்டாற் போன்ற உணர்வு ஏற்பட்டது. மெல்லிய நைட் கவுனில் பக்கத்தில் நட்ட நிசியில் யாருமே அருகில் இல்லாத ஒரு சூழலில்தான் உட்கார்ந்திருப்பதை ராணாவை மணந்து கொள்ளப் போகும் பிரபா இப்பொழுது பார்த்து என்ன நினைத்துக் கொள்வாள்? அவளுக்கு அதைக் கற்பனை செய்யக்கூடப் பயமாக இருந்தது. நிச்சயமாகப் பிரபா தன்னைப் புரிந்து கொள்ளமாட்டாள் என்று தோன்றிற்று.

பிரபா எதையும் கேட்காமல் அவளைப் பார்த்த படி நின்றாள். பிறகு மெல்லக் கேட்டாள். "மிஸ்டர் ராணாவுக்கு உடம்புக்கு என்ன?"

ஆர்த்தி எழுந்து சென்று அவளிடம் மெல்லிய குரலில் நடந்த விஷயத்தைச் சொன்னாள்.

பிரபா ஒரு நிமிஷம் யோசனையுடன் அவளையும் அவளுடைய உடையையும் பார்த்தாள். பிறகு ஒருவித கடுமையுடன், "நான் ராணாவின் பக்கத்தில் உட்கார்ந்து கொள்கிறேன். நீங்கள் போய் உடையை மாற்றிக்கொண்டு வாருங்கள். நைட் ட்யூட்டியை நைட் கவுனில் செய்யும் நர்ஸை நான் இப்பொழுதுதான் முதல் தடவை பார்க்கிறேன்."

ஆர்த்திக்கு முகம் சிவந்தது. இவளிடம் எதையும் விளக்கி லாபமில்லை என்று தோன்றிற்று. இவள் இப்பொழுதே ராணாவின் மனைவி ஆகிவிட்ட மாதிரித் தன்னிடம் பேசுகிறாள் என்று ஓர் ஆத்திரம் வந்தது.

அவள் தன் அறைக்குச் சென்று புடவை மாற்றிக்கொண்டு ராணாவின் அறைக்கு வந்தாள். பிரபா ராணாவையே பார்த்தபடி உட்கார்ந்திருந்தாள். அவளை அப்படிப் பார்க்கையில் இவளுக்கு ராணாவின் மேல் மிகுந்த காதல் என்று தோன்றிற்று.

"ராணா சாதாரணமாக இரவில் எழுந்திருக்கமாட்டார். இன்றைக்குத் திடீரென்று வலியினால் எழுந்து கத்தினதால் நான் அப்படியே ஓடி வந்தேன்."

பிரபா பதிலே சொல்லவில்லை.

"நான் பார்த்துக் கொள்கிறேன். நீங்கள் போய்ப் படுத்துக்கொள்ளுங்கள். மிஸ்டர் ராணாவுக்குத் தூக்க மருந்து கொடுத்திருக்கிறேன். இனிமேல் விழித்துக்கொள்ள மாட்டார்."

வேறு வழியில்லாத மாதிரி பிரபா எழுந்தாள். "இனிமேல் ஜாக்கிரதையாக இருங்கள்," என்றாள்.

அவள் திரும்பிப் பார்க்காமல் நடந்தாள். ஆர்த்திக்குச் சுரீரென்று கோபம் வந்தது. மௌனமாக அழுதாள். பிறகு நாற்காலியில் உட்கார்ந்தபடியே தூங்கிப் போனாள்.

"ஆர்த்தி," என்ற ராணாவின் குரல் கேட்டு அவள் திடுக்கிட்டு விழித்துக்கொண்டாள். ஒன்றும் புரியாமல் அவள் அலங்க மலங்க விழித்தாள். ஜன்னல் வழியே சுரீரென்று வெய்யில் அடித்தது.

அவள் கூச்சத்துடன் எழுந்தாள். "இப்பொழுது எப்படியிருக்கிறது வலி?" என்றாள்.

"இப்பொழுது வலியில்லை. அதுசரி, ராத்திரி முழுதும் இப்படியே உட்கார்ந்திருந்தீர்களா?"

அவளுக்குச் சட்டென்று இரவு நடந்ததெல்லாம், பிரபா சொல்லிவிட்டுப் போனதெல்லாம் ஞாபகத்திற்கு வந்தது. மனத்தில் ஒரு வேதனைக் கீற்று கிளம்பிற்று. அவள் லேசாகச் சிரித்தாள். "எனக்குப் பழக்கம். நான் ஒரு நர்ஸ் என்பதை மறந்துவிட்டீர்களா?"

"நான் மறந்தாலும் நீங்கள் மறக்கமாட்டீர்களே?"

"மறக்கக் கூடாது." என்றாள் அவள் தீர்மானமாக.

அன்று காலை உணவு முடிந்ததும் தேஜ் பஹதூர் ராணாவும், பிரபாவும், ராணியும் ராணாவைப் பார்க்க வந்தார்கள். அவர்களுக்கு வணக்கம் தெரிவித்துவிட்டு ஆர்த்தி தன் அறைக்குச் சென்றாள்.

ஆண்கள் ஏதோ உரக்கப் பேசினார்கள். பெண்கள் சிரித்தார்கள். திடீரென்று சப்தமெல்லாம் அடங்கிவிட்ட மாதிரி இருந்தது. அவர்கள் எல்லாம் போய்விட்ட மாதிரி இருந்தது.

அவன் கூப்பிடுவான் என்று அவள் எதிர்பார்த்தாள். அவன் வெகு நேரமாகியும் கூப்பிடவில்லை. அவள் அவனறைக்குச் சென்றாள். அவன் ஏதோ தீவிர சிந்தனையில் இருந்த மாதிரி இருந்தது. அவளைப் பார்த்ததும் அவன் கோபத்துடன் கேட்டான்.

"யாராவது வந்தால் நீங்கள் உடனே இங்கிருந்து எதற்காக ஓட வேண்டும்?"

"யாரோ இல்லையே. உங்களைச் சேர்ந்தவர்கள் உங்களைப் பார்க்க வரும்போது எனக்கென்ன இங்கே வேலை?"

அவன் பதில் சொல்லத் தெரியாதவன் மாதிரிப் பேசாமல் உட்கார்ந்திருந்தான். அவன் என்ன காரணத்தாலோ கோபமாக இருக்கிறான் என்று அவளுக்குப் புரிந்தது.

அவன் சற்று நேரம் பொறுத்து, "பிரபாவுக்கும் உங்களுக்குமிடையே என்ன?" என்றான்.

அவளுக்குத் தூக்கிவாரிப் போட்டது. புருவம் வில்லாக வளைந்தது. "ஒன்றுமில்லையே?"

அவன் யோசனையுடன் அவளைப் பார்த்தான்.

"அவர்கள் தற்காலிக விருந்தாளிகள். அவர்கள் பேச்சோ, செய்கையோ உங்களை எந்த விதத்திலும் பாதிக்கக் கூடாது."

அவள் நெகிழ்ந்து போனாள். தன் உணர்ச்சிகள் எங்கே முகத்திலும் தெரிந்து விடுமோ என்று பார்வையை வேறுபுறம் செலுத்தினாள். பிறகு மெல்லச் சொன்னாள். "யூ ஆர் வெரி கைண்ட். ஆனால் நீங்கள் இவ்வளவு தூரம் கவலைப்படும்படி ஒன்றுமேயில்லை. அவர்கள் பேச்சு என்னை எதற்குப் பாதிக்க வேண்டும்? நான் ஆஃப்டர் ஆல் உங்களிடம் சம்பளம் வாங்கும் நர்ஸ். இன்னும் சில வாரங்களில் போக வேண்டியவள்."

"ஸ்டாப் இட்! வில் யூ?"

அவள் அடிபட்ட மாதிரி நின்றாள். கண்களில் நீர் திரையிட்ட மாதிரி இருந்தது. அவன் சட்டென்று, "ஸாரி." என்றான். "நீங்கள் என்னுடைய நர்ஸ். நான் அதை மறந்து தொலைத்துவிடுகிறேன். ப்ளீஸ் கோ."

கண்களில் கிளம்பிய நீர் கன்னத்தில் வடிந்துவிடும் போல் இருந்தது. அவள் சட்டென்று வெளியில் போனாள். பூச்சாடியில் செருகுவதற்காகப் பூக்களைக் கொய்கையில் கைகள் நடுங்குகிற மாதிரி இருந்தது.

அவள் பூக்களை ஏந்தியபடி நடக்கையில் எதிர்வீடு கண்ணுக்குத் தெரிந்தது. சோப்ராவின் பெண் ரூமா நிற்பது தெரிந்தது. வழக்கம்போல் துப்பட்டா இல்லாமல் பாதி மார்பு தெரிகிற மாதிரி கம்மீசில்... அவள் கூட ஓர் ஆடவன் நிற்பது தெரிந்தது. உற்றுப் பார்த்தபோது அது பிரதாப் என்று தெரிந்தது ஆர்த்திக்கு. அவர்கள் நடுக்கூடத்தில் மிக நெருக்கமாக நின்றிருந்தார்கள். ஆர்த்தி சட்டென்று தன் பார்வையைத் திருப்பிக்கொண்டு விருவிருவென்று வீட்டுக்குள் நுழைந்தாள்.

அவளுடைய குழப்பத்தில் வழக்கமான வழியாக நுழையாமல் வேறு வழியாக நுழைந்ததும் சற்றுத் தடுமாறிப் போனாள். மூன்று நான்கு அறைகள் இருந்தன. அவள் சுற்றிச் சுற்றி வந்து ஓர் அறைக்குள் நுழைந்தாள். அதுவும் ராணாவின் அறையில்லை. எங்கே வந்து மாட்டிக்கொண்டோம் என்று அவள் குழம்புகையில் அறையின் ஒரு மூலையில் சில பெட்டிகள் இருந்தன. அவளுக்குத் தூக்கிவாரிப் போட்டது. அன்று பிரதாப் வீட்டிற்கு வந்த பெட்டிகள் மாதிரி இருந்தன. ஆனால் இவை புதிய பெட்டிகள், அவள் சந்தேகத்துடன் பார்த்தாள். அன்று பார்த்த அதே பொருள்தான், ராணா சொன்ன போதைப் பொருள் அஷிஷ்தான் இருந்தது. அவளுக்கு அடிவயிற்றைக் கலக்கினமாதிரி இருந்தது. இந்தப் பெட்டிகள் இங்கு ஏன் வந்திருக்கின்றன? யாருக்கு இங்கு இதனுடன் சம்பந்தம்? அவளுக்குச் சட்டென்று ராணியின் நினைவு வந்தது. ராணாவின் அம்மாவைப்பற்றி இந்த மாதிரி நினைப்பது மகா தப்பு என்று தோன்றிற்று. இருந்தும் மனத்தில் சந்தேகம் முளைத்ததால் அதைத் தடுத்து நிறுத்துவது சுலபமாக இல்லை. ராணியும் பிரதாப்பும் ரகசியமாகப் பேசிக்கொள்வதும், சங்கேதங்கள் செய்வதும் மனத்தில் விசுவரூபமாக எழுந்தது. ராணாவுக்கும் ராணிக்கும் குணத்தில் எத்தனை வித்தியாசம் என்று நம்புவதே கஷ்டமாக இருந்தது. இதை, இந்தப் பெட்டிகளைப் பற்றி ராணாவிடம் சொல்வதா வேண்டாமா என்று அவள் யோசித்தாள். நடமாட முடியாத நிலையினால், அவன் பின்னால் எத்தனை விஷயங்கள் நடக்கின்றன! அவனுக்குத் தெரிவிக்க வேண்டாமா என்று யோசித்தாள். கூடவே, இதற்கும் எனக்கும் என்ன சம்பந்தம் என்று நினைத்துக் கொண்டாள். இன்னும் கொஞ்ச நாட்களில் இந்த இடத்தை விட்டுப் போக வேண்டியவள். இவர்களுடைய குழப்பங்களில் நான் ஏன் புகுந்துகொள்ள வேண்டும் என்று நினைத்துக் கொண்டாள். ஆனால் தன்னால் அப்படி விட்டேற்றியாக இப்பொழுது நினக்கவோ நடக்கவோ

முடியவில்லை என்கிற உணர்வு அவருக்கு அதிர்ச்சியாக இருந்தது. இதிலிருந்து மீண்டு எப்படி டில்லிக்குத் திரும்புவது என்று அவளுக்குத் திகைப்பாக இருந்தது.

அவள் ஒரு வழியாக வீட்டைச் சுற்றிக்கொண்டு வந்து ராணாவின் இருப்பிடத்தைக் கண்டுபிடித்துக்கொண்டு உள்ளே நுழைந்தாள். ராணா அவளுக்காகக் காத்திருந்தது தெரிந்தது... அவள் ஒன்றும் பேசாமல் பூக்களைப் பூச்சாடியில் வைத்தாள். பிறகு அவனது தேகப் பயிற்சிக்கான ஆயத்தங்களைச் செய்ய ஆரம்பித்தாள்.

தேகப்பயிற்சி செய்யும்போது அவன் மறுபடி ஆரம்பித்தான், ''நீங்கள் திரும்பிப் போவதிலேயே இருக்கிறீர்கள், இல்லையா?''

''இல்லையே?''

''பொய். எப்பொழுது போகலாம் என்று காத்துக்கொண்டிருக்கிறீர்கள், உங்களுக்கு இங்கு ஏதேனும் அசௌகரியமா?''

''இல்லை.''

''ஓ. நான் ஒரு முட்டாள். உங்களுக்கு டில்லியில் ஒரு காதலன் இருக்கலாம்.''

''இல்லை என்று சொன்னால் ஏன் நம்பமாட்டேன் என்கிறீர்கள்?''

''பின் எதற்காகக் கொஞ்ச நாளில் நான் கிளம்ப வேண்டியவள் என்று சொல்லிக் கொண்டேயிருக்கிறீர்கள்?''

''பின் அது உண்மையில்லையா? அதை நான் மறக்கலாமா?''

''நீங்கள் மறக்க வேண்டும். என் மனம் இன்னும் உங்களுக்குப் புரியவில்லையா ஆர்த்தி?''

அவள் திடுக்கிட்டு அவனைப் பார்த்தாள். அவளது சிவந்த உதடுகள் லேசாகத் துடிக்கத் தாபத்துடன் அவளை அவன் பார்த்தான்.

அவன் சட்டென்று அவளுடைய கைகளை எடுத்துத் தன் அதரங்களில் பதித்துக் கொண்டான். உதடுகள் சூடாக இருந்தன. கண்களில் நீர் வழிந்தது.

அவள் பதறிப் போனாள். "ஓ ப்ளீஸ்... என்ன நேர்ந்தது?"

அவன் சட்டென்று தன்னைச் சமாளித்துக் கொண்டான். அவளைப் பார்த்து லேசாகச் சிரித்தான்.

"ஸாரி" என்றான். "எவ்வளவு தூரம் என்னை நீங்கள் பலவீனப்படுத்திவிட்டீர்கள் பார்த்தீர்களா? நீங்கள் இல்லாமல் என்னால் இருக்க முடியும், வாழ முடியும் என்கிற தைரியமே போய்விட்டது."

ஆர்த்தி சட்டென்று விலகினாள். மார்பு படபடத்தது. அந்தக் குளிரிலும் நெற்றியில் வியர்த்தது. அவள் ஜன்னலண்டை போய் நின்று கொண்டாள். வெளியே பூச்செடிகளின் மேல் வண்ணத்துப் பூச்சிகள் விதவிதமான வண்ணத்தோடு பறந்து கொண்டிருந்தன.

அவள் மெல்லிய குரலில் சொன்னாள். "இது தப்பு மிஸ்டர் ராணா. நமது பலவீனங்களுக்கு நாம்தான் காரணம். அதை அடக்கிக்கொள்ளக் கற்றுக் கொள்ளுங்கள் உங்களுடைய இயலாமையால் உங்களுக்குத் தைரியமில்லாமல் இருக்கிறது. நீங்கள் நடக்க ஆரம்பித்துவிட்டால் தன்னைப் போல் தைரியம் வந்துவிடும். நர்ஸ் தேவையில்ல என்கிற நிலை வந்தவுடன் நானும் தேவையில்லை என்று நீங்கள் புரிந்து கொள்வீர்கள்."

"நான்ஸென்ஸ்," என்றான் அவன், "நான் அவ்வளவு முட்டாள் இல்லை. என் உணர்வுகளை என்னால் புரிந்துகொள்ள முடியும். நான் என்ன சின்னப் பிள்ளை என்று நினைத்துக் கொண்டீர்களா?"

அவள் திரும்பி அவனைப் பார்க்கவே அஞ்சினாள். மார்பின் படபடப்பு அடங்கவேயில்லை. முகம் சிவந்து போயிற்று. "அது எந்த மாதிரி இருந்தாலும் நீங்கள்

நிதானப்படுத்திக்கொள்ள வேண்டும். நான் வெளியிலிருந்து வந்தவள். உங்களை மாதிரியெல்லாம் எனக்கு வம்ச பரம்பரை கிடையாது."

அவன் அவசரமாகக் குறுக்கிட்டான். "எனக்கு அக்கறையில்லை. இந்தப் பாரம்பர்யத்தைக் கண்டாலே எனக்குப் பிடிக்கவில்லை, எங்கள் வகுப்புப் பெண்களே எனக்குப் பிடிக்கவில்லை. ஒரு பெண் எப்படியிருக்க வேண்டும் என்று நான் விரும்புகிறேனோ அப்படியிருக்கிறீர்கள் நீங்கள். எனக்கு அதுதான் முக்கியம். வேறு எதுவுமே முக்கியமில்லை."

அவள் மனத்தில் ஏதோ ஓர் ஊற்றுப் பிரவாகம் எடுத்த மாதிரி இருந்தது. அதில் அவள் திக்குமுக்காடிப் போனாள். அவள் மெல்ல அவனருகில் வந்தாள். தன் உணர்ச்சிகளை மறைத்துக்கொண்டு சிரிக்க முயன்றாள்.

"நீங்கள் சட்டென்று அப்படி முடிவெடுப்பது சரியில்லை. உங்களுக்காகப் பிரபா காத்திருக்கிறாள். அவள் என்னைவிட எல்லா விதத்திலும் உங்களுக்குப் பொருத்தமானவள்."

"அதை யார் தீர்மானிப்பது? நீங்களா, நானா?"

அவள் பதில் சொல்ல முடியாமல் திணறினாள். தலையைக் குனிந்து கொண்டாள். இமைகள் படபடத்தன. உதடுகள் துடிதுடித்தன. "உங்களுக்கும் பிரபாவுக்கும் கல்யாணம் என்பது ஏற்கனவே தீர்மானிக்கப்பட்ட விஷயம்போல் தோன்றுகிறது. அவர்கள் எல்லோரும் அப்படித்தான் பேசுகிறார்கள். நீங்கள் நடக்க ஆரம்பிப்பதற்காகக் காத்திருக்கிறார்கள். இதில் உங்களுடைய உணர்வுகளோ என்னுடைய உணர்வுகளோ..."

அவள் சட்டென்று நிறுத்தினாள். தன்னுடைய மனநிலையைத் தன்னையறியாமல் வெளிப்படுத்திவிட்டோம் என்கிற உணர்வில் அவள் முகம் சிவந்து போயிற்று. அருகில் இருந்த அவளுடைய கைகளை அவன் பற்றிக்கொண்டான். பிறகு பெரிதாகச் சிரித்தான்.

"ஓகோ. எனக்கு இப்பொழுது புரிகிறது. இரண்டு நாட்களாக நீங்கள் ஏன் அப்படி விலகி விலகி ஓடினீர்கள் என்று. நம் இருவருக்கும் ஒரேவிதமான மனநிலை இருக்கும்போது மற்றவர்களைப் பற்றி நீங்கள் கவலைப்பட வேண்டாம்."

"உங்கள் அம்மாவைப் பற்றிக்கூட!"

"அப்ஸல்யூட்லி நோ!"

அவளுக்கு அதிசயமாக இருந்தது. இவனுக்குத் தன் தாயாரிடம் ஒட்டுதலே இல்லை என்கிற உணர்வு மறுபடி எழுந்தது. கூடவே அந்த அறையில் பார்த்த பெட்டிகளும் அந்தப் பொருளும் ஞாபகத்திற்கு வந்தன. இவனிடம் எப்படிச் சொல்வது என்று யோசனையாக இருந்தது. "எனக்குப் பயமாக இருக்கிறது." என்றாள் அவள்.

"நீ எதற்கும் பயப்பட வேண்டாம்," என்றான் அவன் ஒருமையில் இயல்பாக, "ஒரு விஷயம் உனக்குச் சொல்லட்டுமா ஆர்த்தி?"

"என்ன?" என்றாள் சிரித்துக்கொண்டே இப்பொழுது அவனைப் பார்க்கும் போதெல்லாம் முகம் சிவந்தது. முகத்தில் புன்னகை அரும்பிற்று. மனசு கிறுகிறுத்தது. இந்த உறவு கிட்டுமா? சாத்தியமா? தேசத்தை, பாஷையை, இனத்தை எல்லாம் தாண்டி நிறைவேறுமா? இது பைத்தியக்காரத்தனமில்லையா? ராணியின் அபிப்பிராயத்துக்கு மதிப்பு இல்லாமல் போய்விடுமா? அவள் அனாதை. அவளை ஏன் என்று கேட்க ஆளில்லை. ராணாவுக்கு ஒரு பாரம்பர்யமே பின்னால் நிற்கிறது. அவன் இஷ்டப்பட்டபடி ஓர் இந்தியப் பெண்ணைக் கல்யாணம் செய்துகொள்ள அனுமதிப்பார்களா? அறிவு வாதமிட மனம் முகத்தைத் திருப்பிக் கொண்டது. லட்சியம் செய்யாமல் துள்ளிற்று. ஆகாசத்தில் பறந்தது.

ராணா அவள் கையை வருடிக் கொண்டே சொன்னான். "என்னால் இப்பொழுது உட்கார முடிகிறது!"

"என்னது?"

அவளால் தன் காதுகளை நம்ப முடியவில்லை. சந்தோஷத்தில் இருதயத் துடிப்பு நின்றுவிடும் போல் இருந்தது. "எப்போதிலிருந்து எனக்குச் சொல்லவில்லையே நீங்கள்?"

"இன்றிலிருந்துதான். உட்கார முடியும் போல் ஒரு உணர்வு ஏற்பட்டது. நீ தோட்டத்துக்குப் போனபோது திடீரென்று உட்கார்ந்தேன். ஆனால் அதிக நேரம் உட்கார முடியவில்லை."

அவள் சந்தோஷத்தோடு சொன்னாள், "கொஞ்சம் கொஞ்சமாகச் சரியாகிவிடுவீர்கள். ஆரம்பத்தில் கொஞ்சம் பலவீனம் இருக்கும். அதற்குத்தான் இந்த உடற்பயிற்சியெல்லாம்."

"சீக்கிரம் நாற்காலியிலாவது உட்கார்ந்துவிட வேண்டும். நான் ஃபாக்டரிக்குப் போய் அதிலேயே உட்கார்ந்து கொண்டுகூட வேலை செய்யலாம். அந்த அயோக்கியன் என்ன செய்கிறான் என்று பார்த்துத் தெரிந்து கழுத்தைப் பிடித்து வெளியே தள்ள வேண்டும்."

அவள் சிரித்தாள். "அதற்கு அவசரப்படாதீர்கள். ரொம்ப அவசரப்பட்டு உள்ளதுக்கு மோசமாகிவிடப் போகிறது. மெல்ல மெல்லச் சரியாகும். கவலைப்படாதீர்கள்..."

"இந்த அம்மா எனக்குச் சரியாக எல்லா விவரங்களையும் சொன்னால் எனக்கு இத்தனை மனக்கஷ்டம் இல்லை. எனக்குத் தெரியாமல் அம்மாவும் எவ்வளவோ செய்கிறாள்."

அவளுக்கு அதிர்ச்சியாக இருந்தது. இவனுக்கு எவ்வளவு தூரம் ராணியைப் பற்றித் தெரியும்? அவள் எப்பொழுது அந்தப் பெட்டிகளைப் பற்றிச் சொல்லலாம்?

அவன் விட்டத்தைப் பார்த்துக்கொண்டு சொன்னான். "நான் ஏதும் தவறாகச் சொல்லவில்லை. எல்லோருக்கும் ஒவ்வொரு பலவீனம் இருக்கும். அம்மாவுக்கும் சில பலவீனங்கள் உண்டு என்று எனக்குத் தெரியும்." அவன் சற்று நிறுத்தினான். பிறகு

மெல்லச் சொன்னான், ''ஆர்த்தி, அது என் அம்மா இல்லை. என் அம்மா சின்ன வயதிலேயே இறந்து போய்விட்டாள்.''

திகைப்புடன் கேட்டுக் கொண்டிருந்த ஆர்த்திக்குப் பல விஷயங்கள் இப்போது புரிகிற மாதிரி இருந்தது. ராணா சொல்லிக் கொண்டிருந்தான். ''இது என் அப்பாவின் இரண்டாவது மனைவி, கல்யாணமாகாத மனைவி.''

ஆர்த்தி அதிர்ச்சியுடன் அவனைப் பார்த்தாள்.

அவன் சிரித்தான். ''ஒ, இதெல்லாம் ராணா குடும்பங்களில் சகஜம். பயப்படாதே. இதெல்லாம் முன்பு சகஜம். இப்பொழுது இல்லை.''

''உங்களை நம்பலாமா?'' என்றாள் அவள் குறும்புடன்.

''கண்டிப்பாக.'' என்றவன் அவள் கையை முத்தமிட்டான்.

அவள் சிரித்துக் கொண்டே விலகினாள். ''உங்கள் அருகில் இருந்தால் ஆபத்து.''

''ஏன் உங்களுக்குப் பிடிக்கவில்லையா?''

அவளுக்கு முகம் சிவந்தது. ''பிடித்ததையெல்லாம் செய்து கொண்டிருந்தால் வரம்பு தெரியாமல் போய்விடும். மூளை இயங்காமல் போய்விடும்.''

''ஆமாம். நீங்கள் சொல்வது ரைட்தான்.'' என்று அவன் ஒப்புக்கொண்டான் அரை மனத்தோடு.

அவள் சிரித்துக்கொண்டே அவனுக்குச் சாப்பாடு எடுத்துவரக் கிளம்பினாள். கால்கள் தரையில் பாவாத மாதிரி இருந்தது. அவன் வாயிலிருந்து அவள் அறிந்து கொண்டது உண்மைதானா என்று அவளுக்குச் சந்தேகமாக இருந்தது. இந்திய மண்ணை மறந்து இங்கே வேரூன்றி விடுவோமோ என்று அவள் நினைத்துக் கொண்டாள். பிறகு யோசித்துப் பார்த்ததில் அன்பு என்கிற சக்திக்கு முன் பாக்கி எந்த உணர்வும் முக்கியமில்லை என்று தோன்றிற்று.

எதிரில் தேஜ் பஹதூர் ராணா வந்து கொண்டிருந்தார். அவளைப் பார்த்துச் சிரித்தார். அவளுடைய முகமலர்ந்த சிரிப்பைப் பார்த்து யோசனையுடன் அவர் கேட்டார். "உங்கள் பேஷண்ட் எப்படியிருக்கார்?"

"ஹி இஸ் ஃபைன்," என்றாள். இப்பொழுது அவரால் உட்கார முடிகிறது என்று சொல்லலாமா என்று நினைத்துவிட்டுப் பிறகு சொல்லாமல் இருந்தாள்.

"எப்பொழுது நடப்பார்?" என்றார் அவர்.

அவள் சற்று எச்சரிக்கையானாள். "அது சொல்ல முடியாது. எத்தனை நாளாகுமோ?"

தேஜ்பஹதூர் அவளை ஒரு மாதிரியாகப் பார்த்துவிட்டுக் கீழே இறங்கிச் சென்றார். ராணாவிடம் பேச அவர் போகிறார் என்று அவள் உணர்ந்து கொண்டாள். ராணா அவருக்கு என்ன பதில் சொல்லப் போகிறான் என்ற கற்பனையில் லயித்தபடி அவள் மேலே சென்றாள்.

மேலே சென்றதும் அங்கே பிரபாவுடன் ராணியும் குருங்கும் உட்கார்ந்து சீட்டாடிக் கொண்டிருப்பதைப் பார்த்து அவளுக்கு ஆச்சரியமாக இருந்தது. சாதாரணமாக ராணாவைப் பார்க்காமல் குருங் மேலே போக மாட்டான். அவனைப் பார்த்ததும் அவன் எழுந்து வணக்கம் தெரிவித்தான். "வாருங்களேன் விளையாடலாம்." என்று அழைத்தாள் ராணி.

"இல்லை. இப்பொழுது நேரமில்லை. மிஸ்டர் ராணாவுக்குச் சாப்பாட்டுக்கு நேரமாகிவிட்டது." என்றாள் ஆர்த்தி.

குருங் அவளை என்ன காரணத்தாலோ குறும்புடன் பார்க்கிற மாதிரி இருந்தது. அவள் அவன் பார்வையைத் தவிர்த்தபடி பிரபாவைப் பார்த்தாள். பிரபா குருங்கையே பார்த்துக் கொண்டிருந்தாள். குருங்குக்கும் பிராபவுக்கும் பொருத்தமாக இருக்குமே என்று ஒரு கணம் நினைத்துவிட்டு, பிறகு சட்டென்று தன்னைச் சமாளித்துக் கொண்டாள். இந்த

மனம் ஏன் இப்படிக் குரங்காகப் போய்விட்டது என்று அவளுக்கு அலுப்பாக இருந்தது.

அவள் சாப்பாட்டு ட்ரேயைத் தூக்கிக்கொண்டு வருகையில் குருங் சட்டென்று எழுந்தான். "நான் தூக்கிக்கொண்டு வருகிறேன்," என்றான்.

"ஓ பரவாயில்லை."

"ஓ கமான் என்று பிடிவாதத்துடன் அவன் அதை வாங்கிக்கொண்டு நடந்தான்."

கீழே இறங்குகையில் கேட்டான் "ஏன், நான் கீழே வரலாமோ இல்லையோ?"

அவள் திடுக்கிட்டு அவனைப் பார்த்தாள்.

அவன் குறும்புடன் சிரித்தபடி சொன்னான் "இனிமேல் உங்கள் அனுமதி வேண்டும் போலிருக்கிறதே?"

அவள் புருவத்தைத் தூக்கினாள். "வாட் டு யூ மீன்?"

"சொல்கிறேன் சொல்கிறேன். வாருங்கள்." என்று அவன் இறங்கினான்.

இந்தப் பொல்லாதவனுக்கு என்ன தெரியுமோ என்றிருந்தது அவளுக்கு.

அவர்களைக் கண்டதும் ராணாவுடன் உட்கார்ந்திருந்த தேஜ்பஹதூர் ராணா எழுந்திருந்தார். சிந்தனைக் கோடுகள் அவர் முகத்தில் தெரிந்த மாதிரி இருந்தது ராணா. குருங்கைப் பார்த்துப் பளீரென்று சிரித்தான் தேஜ்பஹதூர் மாடிக்குக் கிளம்பினார். ஆர்த்தி மௌனமாக ராணாவின் சாப்பாட்டைத் தட்டில் பரிமாறினாள்.

குருங் மெல்லிய குரலில் நேப்பாளியில் ராணாவிடம் எதையோ சொன்னான். ராணாவின் முகம் கூச்சத்தில் சிவப்பதையும், அசடு வழிவதையும் ஆர்த்தி பார்த்தாள். பிறகு ராணா சிரித்தான். "இவன் ரொம்ப மோசம். நாம் பேசியதையெல்லாம் ஒட்டுக் கேட்டிருக்கிறான்."

ஆர்த்தியின் முகம் குப்பென்று சிவந்தது. படி இறங்கும்போது அவன் பேசிய பேச்சு புரிந்தது.

"நான் ஒன்றும் கேட்கவில்லை. பார்த்தேன் அம்மா, பார்த்தேன் புரிந்து கொண்டேன்."

தன் கூச்சத்தை மறைத்துக்கொள்ள ராணா பெரிதாகச் சிரித்தான். "புரிந்துவிட்டதோ இல்லையோ? உனக்கும் ஒரு வழி பண்ணியிருக்கிறேன் தேஜ்பஹதூர் ராணா சொல்வார்."

"நீ என்ன வழி பண்ணுவது? நானே பண்ணிக் கொள்கிறேன். குறுக்கே நீ வராமல் இரு. போதும்." என்று சிரிக்கையில் ஆர்த்திக்கு ஒரு பெரிய பாரம் இறங்கினாற்போல் இருந்தது.

"தட்ஸ் குட்," என்று ராணா சிரித்துக்கொண்டு குருங்கின் கையைக் குலுக்கினான். குருங் சற்று நேரம் பேசிக் கொண்டிருந்துவிட்டுப் போனான்.

அன்று மாலை பிரதாப் வந்தான். வழக்கம்போல் ராணியைப் பார்க்கப் போய்விடாமல் நேராக ராணாவிடம் வந்தான் ஆர்த்தி இருக்கிறாள் என்பதைக்கூடப் பார்க்காமல் சொன்னான். "நான் பதினைந்து நாளில் ராஜினாமா செய்யப் போகிறேன். நீங்கள் வேறு ஆளைப் பார்த்துக் கொள்ளுங்கள்."

**ராணா** தோட்டத்தில் உட்கார்ந்திருந்தான் நாற்காலியில், நான்கு நாட்களில் அவன் உடலில் எத்தனையோ முன்னேற்றம் தெரிந்தது. அதிக நேரம் உட்கார முடியவில்லை இன்னும். இன்று தோட்டத்துப் பக்கம் போகவேண்டும் என்கிற பிடிவாதத்துடன் அவன் ஆர்த்தியை நாற்காலியைத் தள்ளிக்கொண்டு வரச் சொல்லியிருந்தான். முதல் ஐந்து பத்து நிமிஷங்கள் வெகு தாபத்துடன், தீவிரத்துடன் அவன் தோட்டத்தைப் பார்த்தான். ரோஜாச் செடிகள் அருகில் சென்று தொட்டுத் தொட்டுப் பார்த்தான். "இந்தத் தோட்டக்காரன் ஒருவன் உண்மையாக உழைப்பவன்." என்றான்.

ஆர்த்திக்கு உடனே பிரதாப்பின் ஞாபகம் வந்தது. அவன் சொல்லிவிட்டுப் போனது ஞாபகம் வந்தது.

அவன் அன்று அப்படிச் சொன்னபோது 'வேறு ஆளைப் பார்த்துக் கொள்ளுங்கள் பதினைந்து நாளில்,' என்ற போது, ராணா சற்று நேரம் பேசாமலிருந்தான். பிறகு, "என்ன காரணம்?" என்றான்.

பிரதாப் எங்கேயோ பார்த்துக் கொண்டு விரைப்புடன் பதில் சொன்னான். "இதை விட நல்ல வேலை கிடைத்திருக்கிறது."

"எங்கே?"

"காட்மாண்டுவில்."

ராணா ஒன்றும் சொல்லவில்லை. பிரதாப் பிறகு ஏதோ நேபாளியில் சொன்னான்.

ராணா பதிலாக ஆங்கிலத்தில் கத்தினான். "ஆமாம். நான் உன்னை நம்பவில்லை. நீ எனக்கு நிஜத்தைச் சொல்வதில்லை. எல்லாவற்றையும் மூடி மறைக்கிறாய். எனக்குத் தெரியாமல் எத்தனையோ காரியங்கள் செய்கிறாய். நீ போவதானால் தாராளமாகப் போகலாம். வருத்தமில்லை. அக்கௌண்ட்ஸ் எல்லாம் க்ளீனாக எழுதிக் கொடுத்துவிட்டுப் போகணும். ஐ டோன்ட் வாண்ட் எனி ஆஃப் யுவர் டர்ட்டி டிரிக்ஸ்."

பிரதாப்புக்கு முகம் சிவந்தது. ஆர்த்தியின் எதிரில் தன்னை ராணா கோபித்துக் கொண்டது அவனுள் ஒரு சீற்றத்தைக் கிளப்பியிருக்க வேண்டும். அவளை ஒரு வினாடி அவன் பார்த்துவிட்டு, 'ஆல்ரைட்' என்றபடி கிளம்பினான். அவன் முகத்தைப் பார்க்கப் பயங்கரமாக இருந்தது. இவன் என்ன வேண்டுமானாலும் செய்வான் என்கிற பயம் எடுத்தது. நல்ல வேளை, ராணாவினால் கொஞ்சம் உட்கார முடிகிறது இப்பொழுது என்று அவள் நினைத்துக் கொண்டாள். பதினைந்து நாளில் அவன் கொஞ்ச நேரத்துக்கு ஃபாக்டரியில் போய் உட்காரலாம் என்று தோன்றிற்று அதற்குள் அவன் எந்தத் தில்லுமுல்லாவது செய்யாமல் இருக்க வேண்டுமே என்று அவள் நினைத்துக் கொண்டாள்

ராணா ஏதோ தீவிர சிந்தனையில் இருந்தான். பிறகு சுய நினைவுக்கு வந்தவன் போல் "என்னை இந்த அறைகளுக்கெல்லாம் அழைத்துப் போ" என்றான்.

அவளுக்குத் திடீரென்று அன்று ஓர் அறையில் பார்த்த விஷயம் நினைவுக்கு வந்தது. ஒருவித தயக்கத்தின் காரணமாகதான் இன்னும் ராணாவுக்கு அதைச் சொல்லவேயில்லை என்று ஞாபகம் வந்தது.

அவள் உள்ளே நாற்காலியைத் தள்ளிக்கொண்டே சொன்னாள். "உங்களிடம் நான் ஒரு விஷயம் சொல்லவில்லை."

"என்ன?"

"ஒரு நாளைக்கு நான் இங்கே ஒரு ரூமில் அஷ்ஷ் பெட்டிகளைப் பார்த்தேன்."

அவன் நெற்றியில் சுருக்கங்கள் விழுந்தன. கண்களில் லேசாகக் கோபம் தெரிந்தது. "இங்கேயா?"

"ஆமாம்."

"எப்போது?"

"நாலைந்து நாட்களுக்குமுன்."

"பின் ஏன் என்னிடம் சொல்லவில்லை?"

"ஏதோ தயக்கமாக இருந்தது."

அவன் அவளைத் தீர்க்கமாக பார்த்தான். "ஆர்த்தி, என்மேல் உனக்கு உண்மையான அக்கறையில்லை என்று தெரிகிறது."

"ஒ, அதெல்லாம் இல்லை. உங்கள் அம்மா இதில் சம்பந்தப்பட்டிருப்பாரோ என்று பேசாமலிருந்தேன்."

"அம்மா சம்பந்தப்பட்டிருந்தால் இன்னும் முக்கியமான சமாசாரமல்லவா அது?"

ஆர்த்தி தலையைக் குனிந்து கொண்டாள். "மன்னியுங்கள்."

"சரி, என்னை அந்த அறைக்குக் கூட்டி போ."

ஆர்த்தி அந்த அறையைத் தேடிக் கண்டுபிடித்து அவனை அழைத்துப் போனாள். அங்கு பெட்டிகள் இருக்கவில்லை. ஆனால் பெட்டிகள் வைத்திருந்த அடையாளம் கீழே தெரிந்தது. ராணா யோசனையுடன் பார்த்தபடியே உட்கார்ந்திருந்தான்.

"நீ கண்டிப்பாகப் பார்த்தாயா?"

"ஆமாம்."

"அவர்கள் பிறகு மற்ற அறைகள் ஒரு சுற்றுப் பார்த்துவிட்டு ராணாவின் அறைக்குத் திரும்பினார்கள்."

அவன் சற்றுப் பொறுத்து ஆர்த்தியைப் பார்த்துச் சொன்னான். "அம்மாவை கொஞ்சம் அழைத்து வருகிறாயா?"

அவள் யோசனையுடன் அவனைப் பார்த்தாள். மாலை நேரம். ராணி தன் நண்பர்களுடன் சீட்டாடிக் கொண்டிருப்பாள்... அவன் அவளுடைய தயக்கத்தைப் புரிந்துகொண்ட மாதிரி சொன்னான். "பரவாயில்லை. கூப்பிடு. நான் ஒரு முக்கியமான விஷயம் அம்மாவுடன் பேச வேண்டும். தாமதித்தால் ஆபத்து."

ஆர்த்தி மெல்லச் சொன்னாள். "சரி, நீங்கள் அம்மாவுடன் பேசி கொண்டிருங்கள். நான் கொஞ்சம் நடந்துவிட்டு வருகிறேன்."

"எங்கே?"

அவள் மெல்லிய குரலில் சொன்னாள். "நான் அந்தப் பிரதாப் வீடு வரை போய் வருகிறேன். இன்னும் ஏதாவது விஷயம் தெரிகிறதா என்று பார்க்கிறேன்."

அவன் புருவங்கள் சுருங்கின. "வேண்டாம். இந்த உளவு வேலையிலெல்லாம் மாட்டிக் கொள்ளாதே."

"நான் எங்கேயும் போய் மாட்டிக் கொள்ளமாட்டேன். ஒரு விஷயம் தெரிந்து கொள்ளணும் எனக்கு. அது முடியுமா என்று பார்த்துவிட்டு வந்துவிடுகிறேன்." "நேரமாக்கினீர்களளானால் எனக்கு ரொம்பக் கவலையாகிவிடும்," என்றான் ராணா அரை மனத்துடன்.

"இல்லை. சீக்கிரம் வந்துவிடுகிறேன்," என்று கூறிவிட்டு மாடிக்குப் போனாள்.

ராணியின் அறை லேசாகச் சாத்தியிருந்தது. உள்ளே ராணியின் குரலும் சிரிப்பும் கேட்டது.

ஆர்த்தி கதவை மெல்லத் தட்டினாள். கதவு திறந்தது. திறந்த கதவு வழியாக ராணி பார்த்தாள். நீ எங்கே இங்கே வந்தாய் என்கிற மாதிரி ஒரு பார்வை பார்த்தாள். பிறகு லேசாகச் சிரித்தாள். "என்ன சமாசாரம்?"

"மிஸ்டர் ராணா உங்களை வரச் சொன்னார்."

ராணியின் முகபாவம் மாறிற்று. "உடம்புக்கு ஒன்றுமில்லையே?"

"இல்லை. ஏதோ முக்கியமான விஷயம் பேச வேண்டுமாம்."

ராணியின் முகபாவம் மறுபடி மாறிற்று. ஒரு வினாடி யோசித்தாள். பிறகு அவளைப் பார்த்து, "சரி, வருகிறேன்," என்றாள்.

உள்பக்கம் திரும்பி மற்றவர்களிடம் ஏதோ நேப்பாளியில் சொல்லிவிட்டுத் திரும்பினாள். இருவரும் மெளனமாக மாடிப்படியில் இறங்கினார்கள். ராணியிடமிருந்து லேசாக மதுவின் நெடியும் சிகரெட்டின் நெடியும் வந்தன. இது ராணாவை இன்னும் ஆத்திரப்படுத்தப் போகிறது என்று அவள் நினைத்துக் கொண்டாள்.

கீழே இறங்கியதும் அவள் நின்றாள். "நீங்கள் பேசிக் கொண்டிருங்கள். நான் கொஞ்சம் உலாவிவிட்டு வர ராணா அனுமதியளித்திருக்கிறார்..." என்றாள்.

ராணி தலையை ஆட்டி ராணாவின் அறையை நோக்கி நடந்தாள். அவள் முகத்தில் ஒரு கலவரம் தோன்றியிருப்பதை ஆர்த்தி கவனித்தாள். ஐயோ பாவம் என்று தோன்றிற்று ஒரு நிமிஷம். இவள் என்ன இக்கட்டில் மாட்டிக்கொண்டிருக்கிறாளோ இப்படி கலவரப்படுவதற்கு என்று அவள் நடந்துகொண்டே நினைத்துக் கொண்டாள். கீழே நடப்பதெல்லாம் ராணாவுக்குத் தெரியக்கூடாது என்றுதான் ராணாவை மாடியில் படுக்க வைத்திருக்கிறாள் இவ்வளவு நாளும் என்று புரிந்தது. பிரதாப் ராணியின் ஆள் என்று ராணா சொல்லியிருந்தது ஞாபகத்துக்கு வந்தது. இந்த மாதிரி வேலைக்கெல்லாம்

உதவியாக இருப்பான் என்றுதான் அவனை அழைத்தாளோ, இல்லை அவளாகப் பிரதாப்பின் வலையில் சிக்கினாளோ? ராணியின் சாந்தமான கருணை ததும்பும் முகத்தைப் பார்த்தால் இந்த மாதிரி விஷயங்களிலெல்லாம் அவளுக்கு ஈடுபோடு இருக்கும் என்று நம்புவதே கஷ்டமாக இருந்தது. எத்தனை மெதுவாகப் பேசுகிறாள்! எவ்வளவு கனிவுடன் பார்க்கிறாள்! இவள் எப்படி...?

பிரபா விஷயத்தில் தேஜ்பஹதூர் ராணாவைக் கிளப்பிவிட்டதுகூட ராணிதான் என்று ராணா சொன்னான். ராணிக்கு அவர்கள் உறவு என்று சொன்னான். உறவுப் பெண்ணை மருமகளாக்கிக் கொண்டு செல்வத்தை அனுபவிக்கலாம் என்று பார்க்கிறாளோ? சட்டப்படி மனைவியில்லையென்று இவளுக்குச் சொத்தில் ஏதேனும் ஆதாயம் இருக்குமோ... இல்லையோ? அதனால்தான் இந்த மாதிரிக் குறுக்கு வழிகளில் போகிறாளோ? கடத்தல் விவகாரத்தில் இவள் ஈடுபட்டால் ராணாவுக்கல்லவோ தலைக்குனிவு?

அவள் விறுவிறுவென்று நடையைக் கட்டினாள். இவர்களுடைய விவகாரங்களில் எல்லாம் தன்னையறியாமல் மாட்டிக்கொண்டு விட்டோம் என்கிற உணர்வு அவளுக்கு அதிர்ச்சியைக் கொடுக்கவில்லை. ராணாவுக்குத் தன்மேல் ஏற்பட்டிருந்த நம்பிக்கைக்கும் அபிமானத்துக்கும் தன்னால் செய்ய முடிந்த உதவியைச் செய்துவிட வேண்டும் என்று ஓர் ஆத்திரம் எழுந்தது. சோப்ராவின் பெண் ரூமாவுக்கும் பிரதாப்புக்கும் உறவு இருப்பதை அவள் ராணாவுக்குச் சொல்லவில்லை. இன்னொருவரைப் பற்றியெல்லாம் பேசிக்கொண்டிருப்பது ரொம்ப அநாகரிகமானது என்று தோன்றிற்று. இப்பொழுது யோசித்துப் பார்க்கையில் ஒவ்வொரு செய்கைக்கும் ஒவ்வொரு காரணம் இருந்த மாதிரி இருந்தது. சோப்ராவின் குடும்பமே மோசம் என்று ராணா சொல்லியிருந்தது நினைவுக்கு வந்தது. அவர்கள் என்னென்ன சட்ட விரோதமான காரியங்களில் ஈடுபட்டிருக்கிறார்களோ?

அவர்கள் வீட்டையும் அலங்காரத்தையும் பார்த்தால், நேர்மையாகச் சம்பாதித்த பணம் மாதிரித் தெரியவில்லை, பிரதாப்புக்கும் இவர்களுக்கும் ஏதோ ரகசிய வியாபாரம், உறவு இருக்க வேண்டும் என்று அவள் தனக்குள் தீர்மானித்துக் கொண்டாள்.

நன்றாகக் குளிர ஆரம்பித்துவிட்டது. அவள் ஸ்வெட்டரின் பித்தான்களை இழுத்துப் போட்டுக் கொண்டாள். ரொம்பத் தூரம் நடந்து கொண்டே போன மாதிரி இருந்தது. கடைசியில் பிரதாப்பின் வீடு தெரிந்தது. அவள் மெல்ல வீட்டுக் காம்பவுண்டுக்குள் நுழைந்தாள். வாயிற்கதவு சாத்தியிருந்தது. அவள் வராந்தாவில் நின்று கொண்டாள். உள்ளே மங்கிய வெளிச்சம் தெரிந்தது. பேச்சுக் குரல்கள் கேட்டன. பெண்ணின் குரல் கேட்டது. ஹிந்தியில் பேசுவது புரிந்தது.

"ஒரு நர்சுக்கு இத்தனை அழகு அவசியமில்லை." ரூமாவின் குரல். கூடவே சிரிப்பு.

"அவசியமில்லை மட்டுமில்லை. ஆபத்தும் கூட. ராணா கிறங்கிப் போயிருக்கிறான்."

"எனக்கு ராணாவைப் பற்றிக் கவலையில்லை, உங்களைப் பற்றித்தான் கவலை."

"என்னைப் பற்றி உனக்கு என்ன கவலை ஸ்வீட்டி?"

"நீங்கள் தினமும் ராணா வீட்டிற்குப் போகிறீர்கள், அவளைப் பார்க்கிறீர்கள்."

"ஸோ வாட்? ராணாவின் நண்பர்கள் எல்லாம் எனக்கு எதிரிகள்!"

"எனக்கு அதெல்லாம் தெரியாது. அதற்குத்தான் நம் கல்யாணம் சீக்கிரம் நடந்துவிட்டால் நான் இதைப் பற்றியெல்லாம் கவலைப்படமாட்டேன்."

பிரதாப் சிரிப்பது கேட்டது. "ஏன், கல்யாணம் ஒரு பெரிய கவசமா உனக்கு? கல்யாணத்துக்கு இப்பொழுது அவசரமில்லை."

"ஏன் அவசரமில்லை? குழந்தை பிறந்த பிறகுதான் அவசரம் வருமா?"

"ஓகோ, நீ எல்லாப் பெண்களையும் போல் பேச ஆரம்பித்துவிட்டாய். ஆகட்டும், பார்ப்போம்."

"அப்படிச் சொன்னால் போதாது."

"ஓகே, ஓகே வீட்டுக்குப் போ. இருட்டிக்கொண்டு வந்துவிட்டது."

ஆர்த்தி சட்டென்று கீழே இறங்கிச் செடிகளுக்குப் பின் மறைந்து கொண்டாள்.

ரூமா சற்று நேரத்தில் படியில் இறங்கி நடந்தாள். அவளை வழியனுப்பப் பிரதாப் வெளியில் வந்து நின்று கொண்டான். சற்று நேரத்தில் இன்னொருவன் வந்து அவன் பக்கத்தில் நின்று கொண்டான். ஏதோ சொல்லிச் சிரித்தான். ஹிந்தியில் பேசினான். "இந்தப் பெண்ணிடம் போய் மாட்டிக் கொண்டாயே?"

பிரதாப் சிரித்தான். "யார் சொன்னது? கழற்றிக்கொள்ள எத்தனை நேரம் ஆகும்?"

"லோட் என்றைக்குக் கிளம்பணும்?"

"சனிக்கிழமை. வழக்கம் போல் மிட்டாய் பாக்ஸுடன் லோடை ஏற்ற வேண்டியது. நான் கிஷண் நகர் வழியாக லக்னோவுக்கு போகப் போகிறேன். அங்குதான் செக்கிங் இருக்காது."

அவர்கள் உள்ளே போனார்கள். ஆர்த்தி மூச்சு விடக்கூடப் பயந்து கொண்டு நின்று கொண்டிருந்தாள்.

ஒருவரும் இல்லை என்று தெரிந்துகொண்டு அவள் வெளியே வந்தாள். அந்தக் குளிரில் ஏற்பட்ட நடுக்கத்துடன், திருட்டுத்தனமாகத் தான் வருவதைப் பார்த்துவிடுவார்களோ என்று ஒரு நடுக்கம் ஏற்பட்டது. நன்றாக இருட்டிவிட்டது.

ராணா கவலைப்படுவான் என்று அவள் அவசரமாக நடையைக் கட்டினாள். இப்பொழுது தெரிந்துகொண்ட முக்கியமான சமாசாரத்தை ராணாவிடம் சொல்ல வேண்டும் என்று அவளுக்குப் பரபரத்தது.

அவள் வெகுவேகமாக நடக்கையில் யாரோ தன் பின்னால் வருவதுபோல் இருந்தது. அவள் நிதானித்துத் திரும்புவதற்குள், அவள் மண்டையை யாரோ தாக்கினார்கள். அவள் நினைவிழந்து கீழே விழுந்தாள்.

ஆர்த்தி வெகுபிரயாசைப்பட்டுக் கண்களைத் திறக்கப் பார்த்தாள். கண்களின் மேல் ஏதோ பாரமாக உட்கார்த்த மாதிரி இருந்தது. தலையை விண் விண் என்று வலித்தது. உடம்பு கட்டை மாதிரி கனத்தது.

"ஆர்த்தி!"

யாரோ கூப்பிடுகிற மாதிரி இருந்தது. அவள் பதில் சொல்ல முயன்றாள். முடியவில்லை. மனம் எங்கோ கனவிலே மிதக்கிற மாதிரி சஞ்சரித்தது. அப்பா அம்மாவின் ஞாபகம் வந்தது. என்ன அனாதையாக்கிவிட்டு ஏன் போனீர்கள் என்று உள்ளம் அழுதது. கண்களில் நீர் நிறைந்து ஆறாக வழிந்தது.

"ஆர்த்தி!" மறுபடியும் மறுபடியும் கொஞ்சுகிற மாதிரி குரல் கேட்டது.

அவள் மெல்லக் கண்களைத் திறந்தாள். வெளியிலிருந்த வெளிச்சத்துக்குக் கண்ணைப் பழக்கிக்கொள்ளச் சிறிதுநேரம் பிடித்தது. பழகியதும் ராணா அவள் அறையில் கட்டிலுக்கருகில் சக்கர நாற்காலியில் உட்கார்ந்திருப்பது தெரிந்தது. அவளுக்குத் தூக்கிவாரிப் போட்டது. சட்டென்று எழுந்திருக்க முயன்றாள் தலைவலி மண்டையைப் பிளந்தது.

"எழுந்திருக்காதே ஆர்த்தி. படுத்துக்கொள்," என்றான் ராணா.

அவளுக்கு வெட்கமாக இருந்தது. தான் அப்படி அவனெதிரில் படுத்திருப்பது. எப்பொழுதிலிருந்து இப்படியிருக்கிறோம் என்று அவளுக்கு யோசனையாக இருந்தது. சட்டென்று நடந்த சம்பவங்களெல்லாம் ஞாபகத்திற்கு வந்தன. பிரதாபின் வீட்டிலிருந்து திரும்பி வரும் சமயத்தில் ஏதோ ஆகியிருக்க வேண்டும் அதற்குப் பிறகு என்ன நடந்தது என்று அவளுக்குத் தெரியவில்லை. அவளை யார் இங்கே அழைத்து வந்தார்கள்? அவளை யாரும் அழைத்து வந்திருக்காவிட்டால் என்ன ஆகியிருக்கும்? அவளுக்கு நினைக்கவே பயமாக இருந்தது. அவளுடைய அப்பா அம்மா இறந்த மாதிரி அவளும் ஒரு விபத்தில் இறந்து போயிருப்பாள். அவளுக்காகக் கவலைப்பட ஓர் ஆத்மா இருக்கிறது என்பதை முழுமையாக உணர்ந்து கொள்ளாமலே போயிருப்பாள். அவளுக்கு ராணாவைப் பார்க்கவே பரிதாபமாக இருந்தது. இவன் இரவு முழுவதும் தூங்கவேயில்லை என்று தோன்றிற்று. முகத்தில் கவலையும் பரிவும் தெரிந்தது. அவள் மெல்ல அவனைப் பார்த்துப் புன்னகைத்தாள்.

"என்ன நடந்தது எனக்கு?" என்றாள் அவள் மெல்லிய குரலில்.

அவன் அவளுடைய கையைப் பற்றினான். மெதுவாகத் தட்டினான்.

"அதைத்தான் நானும் கேட்கிறேன். இந்த வம்பில் எல்லாம் மாட்டிக்கொள்ளாதே என்று முதல்லேயே சொன்னேனா இல்லையா? எங்கே போனாய்? யாரைப் பார்த்தாய்? விவரமாகச் சொல்லு. ஓ! நீ கண் விழிக்கிற வரையில் என்னமாய்க் கவலைப்பட்டுவிட்டேன்! நேற்று மாலையிலிருந்து இன்று காலை வரை..."

அவன் வார்த்தையில் தெரிந்த உண்மை அவளை நெகிழச் செய்தது. இனிமேல்தான் அனாதையில்லை என்கிற உணர்வு புதிய தெம்பை அளித்த மாதிரி இருந்தது.

"ஐ ஆம் ஸாரி. எனக்கு இப்படியெல்லாம் நடக்கும் என்று தோன்றவில்லை..."

"வெறும் ஸாரி என்றால் போதாது. நீ செய்த அசட்டுத்தனத்துக்குச் சரியான தண்டனை கொடுக்கத்தான் போகிறேன். நீ விழுந்த கொஞ்ச நேரத்துக்குள்ளேயே குருங் அந்தப்பக்கம் வண்டியில் வரவில்லையானால் உன்னை நான் திரும்பிப் பார்த்திருக்க முடியாது, வண்டிச் சத்தம் கேட்டதும் உன்னைத் தாக்கியவன் ஓடிவிட்டான் என்று நினைக்கிறேன். குருங் உன்னைப் பார்த்து இங்கே உடனே அழைத்து வந்தான் நடந்ததைச் சொல்லு. அதற்கு முன் இந்த டீயைக் குடி, என்று அருகில் இருந்த ஃப்ளாஸ்க்கிலிருந்து டீயை எடுத்துக் கப்பில் மாற்றிக் கொடுத்தான். அவள் மெல்லச் சாய்ந்த நிலையில் உட்கார்ந்து கொண்டாள். டீயைக் குடித்த பிறகு அதன் உஷ்ணம் உள்ளே பரவியதும் மூளைக்குக் கொஞ்சம் சுறுசுறுப்பு வந்தது. வீடு மிக மிக நிசப்தமாக இருந்தது அவளுக்கு அது ஆச்சரியமாக இருந்தது."

அவள் மெதுவாக அவனைப் பார்த்துப் புன்னகைத்தாள், "நீங்கள் எவ்வளவு நேரம் இப்படி உட்கார்ந்திருக்கிறீர்கள். முதுகு வலிக்கவில்லையா?"

"என்னைப்பற்றி எனக்கு ஞாபகமேயில்லை. அதனால் எந்த வலியும் தெரியவில்லை. நீ நர்ஸிங் செய்ய அருகில் நின்றால்தான் எனக்கு என் வலிகள் எல்லாம் நினைவுக்கு வரும்... சரி சொல்லு. என்ன நடந்தது?"

அவனுடைய அவசரம் அவளுக்குப் புரிந்தது. அவள் நடந்ததையெல்லாம் ஞாபகப்படுத்திக் கொண்டு சொன்னாள். அவன் மிக கவனமாக கேட்டான். பிறகு வெகு நேரம் வரை மௌனமாக யோசனையில் இருந்தான்.

பிறகு சொன்னான். "நல்லதாய்ப் போயிற்று. நான் அம்மாவை அனுப்பியது..."

அவளுக்குத் தூக்கி வாரிப்போட்டது. "அம்மாவை அனுப்பினீர்களா? எங்கே?"

"காட்மாண்டுவிற்கு அனுப்பிவிட்டேன், இனிமேல் அம்மா அங்கேதான் இருக்க வேண்டும். இந்த ஊர் சரிப்படாது. பிரதாப்பின் போதனையினால் அம்மாவும் எனக்குத் தெரியாமல் சட்டவிரோதமான காரியங்கள் ஆரம்பித்திருக்கிறார். விபரீதமாகுமுன் இங்கேயிருந்து அம்மாவைக் கிளப்பிவிட வேண்டும் என்று அனுப்பிவிட்டேன்."

"காட்மாண்டுவில் யாருடன் இருப்பார்?"

"தனியாக இருப்பார். வீடு இருக்கிறது. வேலைக்காரர்கள் இருப்பார்கள் நீ சொல்லும் விஷயங்களைப் பார்த்தால் பிரதாப் எந்த இக்கட்டிலாவது அம்மாவை மாட்ட வைத்திருப்பான் என்றுகூடத் தோன்றுகிறது."

"தேஜ்பஹதூர் ராணா, பிரபா எல்லோரும் எங்கே?"

"அவர்களையும் நான் அனுப்பிவிட்டேன். அவர்களே இன்று போவதாகத்தான் இருந்தார்கள். அவரிடம் நான் திட்டவட்டமாகச் சொல்லிவிட்டேன். எனக்கு இப்போதைக்கு உடம்பு சரியாகப் போவதில்லை. சரியானாலும் கல்யாணம் இப்போதைக்கு இல்லை. அவர் பெண் காத்திருந்து ஒன்றும் பிரயோசனம் இல்லை என்று. குருங் என்னை விட நல்ல மாப்பிள்ளையாவான் என்று ஆசை காட்டியிருக்கிறேன்."

"பிரபா ஒப்புக்கொள்ள வேண்டாமா?"

"எல்லாம் ஒப்புக்கொள்வாள். என்னைப்பற்றி அவர்களிடம் கிளப்பிவிட்டதே அம்மாதான். படுக்கையில் கிடக்கும் நோயாளியை விட குருங் அவளுக்கு பெட்டர் சாய்ஸ் இல்லையா?"

"எனக்குத் தெரியாது." என்றாள் ஆர்த்தி சிரித்துக்கொண்டே.

"நீ ஒரு போக்கிரி," என்று சிரித்தான் ராணா செல்லமாக.

"ஓ. மறந்தேவிட்டேன். நீ இந்த மாத்திரையைப் போட்டுக்கொள்ள வேண்டும். டாக்டர் கொடுத்துவிட்டுப் போயிருக்கிறார். இந்தா."

அவள் மெல்ல எழுந்து மாத்திரையைப் போட்டுக் கொண்டாள். அவனைப் பார்த்துக் கனிவுடன் சொன்னாள் "இனிமேல் எனக்குச் சரியாகிவிடும். கவலையில்லை. சாதாரணமாக நான் நல்ல ஆரோக்கியமுள்ளவள். சீக்கிரம் தேறிவிடுவேன். உங்களைக் கவனிக்கவே முடியவில்லையே? எப்படிச் சமாளித்தீர்கள்."

"என்னைப் பற்றிக் கவலைப்படாதே. பஹதூர் என்னைப் பார்த்துக் கொள்கிறான். நீ இன்றைக்கு முழுவதும் ரெஸ்ட் எடுத்துக்கொள். படுக்கையை விட்டு எழுந்திருக்கவே கூடாது. வீட்டிற்குப் போலீஸ் காவல்கூடப் போட்டிருக்கிறேன். உன்னைத் தாக்கியவர்கள் திரும்பவும் வந்தாலும் வரலாம். எச்சரிக்கையாக இருப்பது நல்லது. அந்தப் பிரதாபின் வேலைதான் எல்லாம். நீ அவர்கள் பேச்சைக் கேட்டுவிட்டாய் என்கிற ஆத்திரத்தில் உன்னைத் தாக்கியிருக்கிறார்கள். உன்னைப் பயமுறுத்தவோ ஒழிக்கவோ முயன்றிருக்கிறார்கள். குரூங் வந்ததால் நீ பிழைத்தாய். இல்லாவிட்டால் உனக்கு என்ன ஆகியிருக்குமோ?"

அவன் அதையே சொல்லிச் சொல்லிப் புலம்பினான். ஆர்த்தியின் எந்தச் சமாதானமும் அவனுக்கு ஏற்கவில்லை. இடையில் இரண்டு முறை குரூங் வந்து ஆர்த்தியைப் பார்த்துவிட்டுப் போனான்.

"நான் உங்களை எடுத்து வரவில்லையானால் உங்களை இத்தனை நேரத்துக்குப் புதைத்திருப்பார்கள்." என்றான். "ஆமாம், பார்த்தால் கொடி மாதிரி இருக்கிறீர்கள், தூக்கினால் ஏக கனம் கனக்கிறீர்களே, எப்படி?" என்று பரிகசித்தான்.

"ஓ. இவன் எவ்வளவு நல்லவன்!" என்று ஆர்த்தி நினைத்துக்கொண்டாள். பிரபாவை இவன் கல்யாணம் செய்துகொண்டால் பிரபா ரொம்ப அதிர்ஷ்டம் செய்தவள் என்று நினைத்துக் கொண்டாள்.

ராணா, குரூங்கிடம் போலீஸுக்கும், எல்லைப்புறச் சுங்க அதிகாரிகளுக்கும் கடிதங்கள் எழுதிக் கொடுத்தனுப்பினான்.

போலீஸ் அதிகாரிகள் வீட்டுக்கு வந்தால் பிரதாப் மோப்பம் பிடித்துவிடுவான் என்றான். குருங் கடிதத்தைத் தூக்கிக்கொண்டு கிளம்பிப் போனான்.

ஆர்த்திக்கு மிகுந்த அசதியாக இருந்ததால் அவள் மறுபடி தூங்கிப் போனாள் அவள் விழித்துக் கொண்டபோது ராணாவின் அறையில் பேச்சுக் குரல் கேட்டது. பிரதாப்பின் குரல் என்று புரிந்தது. அவளுக்குப் பயத்தில் உடலில் லேசாக ஒரு நடுக்கம் ஏற்பட்டது. இவன் என்ன செய்வதற்கும் அஞ்சமாட்டான் என்கிற பயம் ஏற்பட்டது. ராணா ஒரு பலவீனமான நிலையில், தன்னைப் பாதுகாத்துக் கொள்ள முடியாத நிலையில் இருக்கிறான் என்கிற உணர்வு அவளை உலுக்கிற்று. இந்தக் கயவன் தனியாக இருக்கும் ராணாவைத் தாக்கிவிடுவான் என்கிற பயங்கரக் கற்பனை நிமிஷமாய் அவளது மனத்தை வியாபித்தது. அவள் தன் பலவீனத்தை மறந்து சடாரென்று எழுந்தாள். தலை சுற்றிற்று. அதைப் பொருட்படுத்தாமல் அவள் எழுந்தாள். ராணாவின் அறை வாசலில் கதவைப் பிடித்துக்கொண்டு நின்றாள்.

ராணாவிடம் எதையோ விவாதித்துக் கொண்டிருந்த பிரதாப் சட்டென்று நின்றான். அவளை வியப்புடன் பார்க்கிற மாதிரிப் பார்த்தான். "ஓ. உங்களுக்கு உடம்பு சரியாக இல்லையா? தலையில் என்ன கட்டு?"

ராணா அவனைக் கடுமையாகப் பார்த்தபடி சொன்னான். "நேற்று மிஸ் ஆர்த்தி உலாவப் போயிருந்தார். யாரோ அவரை அடித்துப் போட்டுவிட்டார்கள்."

திகைத்துப் போனவன் மாதிரி பிரதாப் அவளைப் பார்த்தான். "அடாடா. இது மகா மோசமான இடம். அழகிய இளம்பெண் இருட்டின பிறகு வெளியே போனால் ஆபத்துதான்."

"இருட்டினப்புறம் என்பது உனக்கு எப்படித் தெரியும்?" என்றான் ராணா.

பிரதாப் சமாளித்துக்கொண்டு சிரித்தான். "சாதாரணமாக மிஸ் ஆர்த்தி இருட்டின பிறகுதான் வெளியில் போகிறார். ஏனோ தெரியவில்லை."

ஆர்த்தியின் முகம் சிவந்தது.

"ஷட் அப்." என்றான் ராணா. "ஆர்த்தி எப்பொழுது வெளியில் போனாலும் இந்த மாதிரி ஆபத்து ஏற்படுமானால் நம் ஊர்க்காரர்களுக்குத்தான் கெட்ட பெயர்."

"வாஸ்தவம்தான் நான் போலீஸூக்குப் புகார் சொல்கிறேன் வேண்டுமானால்."

"அதுதான் சரி."

பிரதாப், ஆர்த்தி எப்பொழுது போனாள், எந்த ரோடில் போனாள் என்றெல்லாம் எழுதி வாங்கிக் கொண்டான். பிரதாப் கிளம்பும்போது ராணா சொன்னான். "நான் நாளைக் காலை பத்து மணிக்கு ஃபாக்ட்ரிக்கு வருவேன்."

பிரதாப் சட்டென்று நின்றான். "உங்களால் வர முடியுமா?"

"முடியும். சக்கர நாற்காலியை வண்டியில் வைத்துக்கொண்டு வரலாம்."

பிரதாப் ஏதோ வெகு வேகமாகச் சிந்திக்கிற மாதிரி இருந்தது. பிறகு ராணாவைப் பார்த்துப் பளிச்சென்று சிரித்தான் "மோஸ்ட் வெல்கம். கண்டிப்பாக வாருங்கள்."

"அக்கொண்ட்ஸ், பாலன்ஸ் எல்லாம் செக் செய்வேன்."

"ஓ, தாராளமாக. எப்பொழுது வேண்டுமானலும் செய்யலாம். தயாராக இருக்கிறது எல்லாம். நான் உங்களுக்கு முன்னால் அங்கு இருப்பேன்."

அவன் போவதற்கு முன்னால் ஆர்த்தியைப் பார்த்துச் சிரித்தான். "நல்ல ரெஸ்ட் எடுத்துக் கொள்ளுங்கள். இருட்டில் அலையாதீர்கள்."

ராணா வாயை மூடிக்கொண்டிருந்தான். பிரதாபின் வண்டி கிளம்பியதும்,

"ராஸ்கல்!" என்றான் கோபத்துடன்.

"நீ எதற்கு இங்கு வந்தாய் அந்தத் தடியன் வந்திருந்தபோது?"

ஆர்த்தி தன் பயத்தைச் சொன்னாள். அவன் தலையில் அடித்துக்கொண்டான். "நல்ல பைத்தியக்காரி நீ. உனக்கே நடக்கக்கூட முடியவில்லை இப்போது. என்னைக் காப்பாற்ற வந்துவிட்டாயா?"

அவள் ஒன்றும் சொல்லாமல் அவனருகில் வந்து உட்கார்ந்தாள். தானாகவே அவனுடைய கையை எடுத்துத் தன் கைகளில் வைத்துக்கொண்டாள். "எனக்கென்னவோ ரொம்பப் பயம் ஏற்பட்டுவிட்டது ராணா. என்னால் அங்கு உட்காரவே முடியவில்லை. இதுவரை நான் யாருக்குமே இப்படிப் பயந்ததில்லை, கவலைப்பட்டதில்லை."

"இன்று காலை வரை உன்னைப்பற்றி எனக்கும் அதே கவலைதான் இருந்தது." அவன் அவளுடைய முகத்தைத் தன் அருகில் முரட்டுத்தனமாக இழுத்தான். தாபத்துடன் அவளுடைய அதரங்களில் தன் அதரங்களைப் பதித்தான். அவளும் தன் உணர்ச்சிகளைக் கட்டுப்படுத்த முடியாமல் அவன் கழுத்தில் கையை வளைத்துக் கொண்டாள்... பிறகு சுய உணர்வு வந்தவள்போல் சட்டென்று விலகிக்கொண்டு கட்டில் மேல் உட்கார்ந்து கொண்டாள். அவனைப் பார்த்துப் பலவீனமாகச் சிரித்தாள்.

"இப்பொழுது நாம் இருவருமே பேஷண்ட், நம் உணர்ச்சிகளை நமக்கு அடக்கத் தெரியாவிட்டால் இருவருக்குமே ஆபத்து."

"தலை ரொம்ப வலிக்கிறதா ஆர்த்தி?"

"ரொம்ப..."

"சீக்கிரம் சரியாகிவிடுகிறாயா?"

"ஷூர்..."

தங்கள் குறும்பைத் தாங்களே ரசித்து இருவரும் சிரித்தார்கள்.

அன்றிரவு இருவருக்குமே பஹதூர் சாப்பாட்டைக் கொண்டுவந்து பரிமாறினான்.

மாடியும் கீழும் நல்ல பந்தோபஸ்துடன் இருக்கிறதா என்று விசாரித்துவிட்டு இருவரும் தூங்கப் போனார்கள். வாசலில் இரண்டு போலீஸ்காரர்கள் காவல் இருந்தார்கள்.

நடு ராத்திரியில் போலீஸ்காரர்கள் அவசரமாகக் கதவைத் தட்டினார்கள். ஆர்த்தி அலறி அடித்துக்கொண்டு கதவைத் திறந்தாள். அவர்கள் நேராக ராணாவிடம் சென்றார்கள். நேபாளியில் ஏதோ சொன்னார்கள். ராணாவின் முகம் வெளிறிப் போயிற்று. அவன் ஆர்த்தியைப் பார்த்துச் சொன்னான்.

"நம் ஃபாக்டரியில் நெருப்புப் பிடித்துக்கொண்டிருக்காம்."

ஆர்த்தி செய்தியைக் கேட்டு அதிர்ந்து போனாள். விபத்து எப்படி ஏற்பட்டிருக்கும் என்று மற்றவர்கள் யோசிக்கும் நேரத்தில் அவளுக்குச் சட்டென்று பிரதாப்பின் ஞாபகம் வந்தது. அவன் என்ன வேண்டுமானாலும் செய்யக்கூடியவன் என்று தோன்றிற்று. நாளைக்கு ராணா ஃபாக்டரிக்கு வரப்போகிறான் என்று தெரிந்தவுடன் இந்த மாதிரி வேண்டுமென்றே ஒரு போக்கிரித்தனம் செய்திருப்பான் என்று தோன்றிற்று. அவள் எதுவுமே பேசாமல் ராணாவைப் பார்த்தபடி நின்றாள்.

ராணா ஒரு வினாடி அதிர்ச்சியடைந்து உட்கார்த்திருந்தான். மறுகணமே போலீஸ்காரனிடம் பக்கத்து வீட்டிலிருந்த குருங்கைக் கூப்பிடச் சொன்னான். குருங் வருகிற வரையில் ராணாவைப் பார்க்கவே பரிதாபமாக இருந்தது. ஆர்த்திக்குத் தலையைச் சுற்றிக்கொண்டு வந்தது. அவள் நாற்காலியில் போய் உட்கார்ந்து கொண்டாள்.

குருங் தன்னுடைய லாண்ட்ரோவருடனேயே வந்தான், ஃபாக்டரியில் நெருப்பு என்று ராணா சொன்னவுடனேயே, "இப்பொழுதே நான் போகிறேன். கவலைப்படாதே." என்றான்.

"நானும் வருகிறேன். என்னையும் அழைத்துப் போ," என்றான் ராணா.

"டோன்ட் பீ மாட்! என்மேல் உனக்கு நம்பிக்கையில்லையா?" என்று கத்திவிட்டுக் குருங் கிளம்பினான்.

தலையில் கையை வைத்தபடி ராணா உட்கார்ந்திருப்பதைப் பார்த்து ஆர்த்திக்கு ஐயோ பாவம் என்று இருந்தது. இவன் இடுப்பை ஒடித்துக்கொண்டு படுத்ததிலிருந்து இவனுக்குப் போதாத வேளை என்று நினைத்துக் கொண்டாள்.

"ஆர்த்தி!"

அவள் சட்டென்று நிமிர்ந்தாள்.

"யாரையாவது என்னை மாடிக்கு அழைத்துக்கொண்டு போகச் சொல்லு. மாடியிலிருந்து பார்த்தால் தெரியும் எத்தனை நெருப்பு பரவி இருக்கிறது என்று."

அவள் வாசலுக்குச் சென்று இரண்டு போலீஸ்காரர்களை அழைத்து வந்தாள். ராணாவையும் சக்கர நாற்காலியையும் ஆளுக்கொருவராகத் தூக்கிக்கொண்டு போனார்கள். ஆர்த்தியும் கூடவே போனாள். மாடியில் வராண்டாவிலிருந்து நன்றாகத் தெரிந்தது நெருப்பு.

ஒரு பக்கம் கொஞ்சமாக நெருப்புத் தெரிந்தது. அது எந்த நிமிஷமும் பரவக்கூடும் என்கிற மாதிரி காற்றடித்துக் கொண்டிருந்தது. ஒரு திகைப்போடு ராணா வெகுநேரம் உட்கார்ந்திருந்தான். நெருப்பு பரவப்பரவ அவனுடைய கையும் காலும் பரபரத்த மாதிரி இருந்தது.

"எனக்கு அங்கே போக வேண்டும்போல் இருக்கிறது. என்னால் இங்கே கையைக் கட்டிக்கொண்டு உட்கார்ந்திருக்க முடியாது. உங்களுக்கெல்லாம் என்னுடைய கவலையும் ஆத்திரமும் புரியாது. டிரைவரைக் கூப்பிடு ஆர்த்தி. என்னைப் போகவிடு. நான் போகத்தான் வேண்டும்!" அவனுடைய ஆத்திரமும் கவலையும் அவளுக்குப் புரிந்தது. அவளுக்கே அந்த நெருப்பைப் பார்த்து உடம்பு பதைக்கும்போது, தன்

ஃபாக்டரியின் மேல் உயிரையே வைத்திருக்கும் அவனுக்கு எப்படியிருக்கும் என்று அவளால் புரிந்துகொள்ள முடிந்தது.

"சரி. அப்படியானால் நானும் உங்களுடன் வருவேன்," என்றாள் அவள்.

"உனக்கென்ன பைத்தியமா?" என்று அவன் கோபத்துடன் கேட்டான். "நேற்று அப்படி அடிபட்டுக்கொண்டு படுத்திருந்தாய். நீ பிழைப்பாயா என்று நான் கவலைப்பட்டுப் போனேன். இன்றைக்கு வெளியில் கிளம்புகிறேன் என்கிறாயே? அங்கே நான் நெருப்பைப் பற்றிக் கவலைப்படட்டுமா, உன்னைப் பார்த்துக் கொண்டிருக்கட்டுமா?"

அவனுடைய கோபத்தைப் பார்த்து அவளுக்குப் பயமாக இருந்தது. "உங்களைப்பற்றி எனக்குக் கவலையாக இருக்குமே?" என்றாள் அவள்.

"டோன்ட் பி ஸில்லி!" என்று அவன் அவளை அதட்டினான். "என்னைப் பார்த்துக்கொள்ள எனக்குத் தெரியும். ஒரு போலீஸ்காரரை அழைத்துப் போகிறேன்."

அவள் பேசாமல் இருந்தாள். ராணாவை மறுபடி கீழே அழைத்துக்கொண்டு போனார்கள். ஆர்த்தி டிரைவருக்குச் சொல்லி, கார் தயாராக வந்து நின்றது.

ராணா வண்டியில் ஏறியதும் அவள் பலமுறை சொன்னாள். "ஜாக்கிரதை... பத்திரம்..."

அவன் விழிகளாலேயே அவளுக்குச் சமாதானம் சொல்லிவிட்டுக் கிளம்பினான். "கதவைத் தாழ்ப்பாள் போட்டுக்கொண்டு படுத்துக்கொள்," என்று அவன் பதிலுக்குச் சொன்னான்.

ஆர்த்தி கவலையுடன் வீட்டுக்குள் திரும்பினாள். இவ்வளவு நேரம் தெரியாமலிருந்த தலைவலி மறுபடியும் மண்டையைப் பிளக்கிற மாதிரி இருந்தது. மனத்தின் பயத்தில் அது இன்னும் அதிகரிக்கிற மாதிரி இருந்தது. ராணா சொன்னது சரிதான். தான்

ஒரு பெரிய கண்டத்திலிருந்து தப்பினோம் என்று தோன்றிற்று. அந்த மாதிரி ராணாவுக்கு ஏதேனும் ஆபத்து ஏற்பட்டால் தன்னால் தாங்க முடியுமா என்று அவள் யோசித்துப் பார்த்தாள். அப்பாவும் அம்மாவும் மறைந்த பிறகு யாரும் தனக்குச் சொந்தம் என்று சொல்லிக்கொள்ளும்படியாக அவளுக்கு யாருடனும் ஒட்டுதல் இதுவரை ஏற்படவேயில்லை, ராணாவிடம் தனக்கு ஒரு மிக அதிசயமான, அற்புதமான உறவு மனத்தில் ஏற்பட்டிருப்பது அவளுக்கு ஆச்சரியமாக இருந்தது. அவன் பலவிதங்களில் அவளிலிருந்து வித்தியாசமானவன். அவன் பாஷை வேறு. பழக்க வழக்கங்கள் வேறு. தேசமே வேறு அவனும் ஒரு ஹிந்து என்கிற ஓர் ஒற்றுமையைத் தவிர, ஆனால் இதையெல்லாம் மனம் லட்சியமே செய்யவில்லை என்று தோன்றிற்று. ராணாவை நினைக்கையிலே மனத்தில் ஒரு பிரவாகம் கிளம்பிற்று. அவனுடைய உணர்வுகள் எல்லாம் கூட அவளுடைய உணர்வுகளாகப் போய்விட்ட மாதிரி இருந்தது. அவனே அவளுள் ஓர் அங்கமாகிப் போனாற்போல்... அவனுக்கு ஏதேனும் ஆபத்து ஏற்பட்டால் அவளால் தாங்க முடியாது...

அவள் தலை வலிக்காக மாத்திரைகளை எடுத்து விழுங்கினாள். படுத்துக்கொள்ள முடியாது என்று தோன்றிற்று. சிப்பாயிடம் தான் மாடியிலேயே படுத்துக்கொள்வதாகச் சொல்லிவிட்டு அவள் மாடிக்குப் போய் வராண்டாவில் உட்கார்ந்து கொண்டாள் ஃபாக்டரியின் நெருப்புக் குறைந்திருந்த மாதிரி இருந்தது. அது தன் பிரமையோ என்று அவளுக்குத் தோன்றிற்று. நிறைய ஜனங்கள் இருக்கிற மாதிரி தெரிந்தது. குருங் நெருப்பை அணைக்க ஏதேனும் செய்திருப்பான் என்று அவள் நினைத்துக் கொண்டாள். சற்று நேரத்தில் ஒரு கார் அங்கே போவது கண்ணுக்குத் தெரிந்தது. அது ராணாவின் காராகத்தான் இருக்கும் என்று அவள் ஊகித்துக்கொண்டாள். சற்று நேரத்தில் நெருப்பெல்லாம் அணைந்து வெறும் புகை மண்டலமாகத் தெரிந்தது. ஒன்றுமே

கண்ணுக்குத் தெரியவில்லை. அவள் சற்று நேரம் அங்கேயே உட்கார்ந்துவிட்டுப் பிறகு ராணா வந்துவிடுவான் என்று மறுபடி கீழே போனாள். உள்ளே போகப் பிடிக்காமல் அவள் வெளி வராண்டாவிலேயே சிப்பாயுடன் உட்கார்ந்தாள். நல்ல குளிராக இருந்தது. போகிற அவசரத்தில் ராணா வெறும் ஒரு ஸ்வெட்டருடன் போயிருப்பது ஞாபகத்துக்கு வந்தது. மெல்ல மெல்லக் குணமாகிக் கொண்டு வரும் உடம்புக்கு ஒன்றும் விபரீதமாக நேர்ந்துவிடக் கூடாதே என்று பயமாக இருந்தது. வெகுநேரம் கழித்து, குருங்கின் லாண்ட்ரோவரும், ராணாவின் காரும் உள்ளே நுழைந்தன. அவள் ஆவலுடன் எழுந்தாள். மார்பு படபடத்துக்கொண்டு வந்தது. ராணாவின் கார் நின்றதும் அவன் விரைந்து போய்க் கதவருகில் நின்றாள். ராணா சோர்ந்து தெரிந்தான். அவளைப் பார்த்ததும் புருவங்களைச் சுருக்கினான்.

"தூங்கச் சொன்னேனே? உள்ளே போகவில்லை?"

ஆர்த்தி மென்மையாகச் சிரித்தாள். "என்னால் படுத்திருக்க முடியும் என்று நீங்கள் நம்புகிறீர்களா?"

குருங்கும் ராணாவும் உள்ளே வந்த பிறகு சிறிதுநேரம் இருவரும் ஒன்றுமே பேசவில்லை. அவர்கள் சிறிது சமாதானமாகட்டும் என்று ஆர்த்தியும் பேசாமல் இருந்தாள். பிறகு மெல்லக் கேட்டாள், "எந்தப் பகுதி சேதமாகிவிட்டது? ரொம்ப நஷ்டமா?"

ராணா திடுக்கிட்டாற்போல் நிமிர்ந்து பார்த்தான்...

"மெயின் ஃபாக்டரி கட்டிடத்துக்கு ஒன்றும் ஆகவில்லை. ஆபீஸ் கட்டிடம், வைத்திருந்த தஸ்தாவேஜுகள், ரெக்கார்டுகள் எல்லாம் போயிற்று. எனக்கு அது பெரிய நஷ்டம்தான்."

"இந்த மட்டும் ஃபாக்டரி பிழைத்ததே, அதுவே நீ செய்த அதிர்ஷ்டம். சமயத்துக்கு ஃபயர் என்ஜினும் வந்துவிட்டது. நீ போனதை நினைத்து வருத்தப்படாதே," என்றான் குருங்.

"நெருப்பு எப்படி ஏற்பட்டது. பிரதாப் எங்கே?" என்றாள் ஆர்த்தி.

"நீ சரியாகக் கேட்டாய். இரண்டுக்கும் சம்பந்தம் இருக்கும் போல்தான் தோன்றுகிறது. ஆனால் அந்தச் சௌக்கிதார் ஒரேயடியாய் உதறிக்கொண்டு சொல்வதைப் பார்த்தால் அவன் சொல்வது உண்மையாக இருக்கும் என்று தோன்றுகிறது. அவன்தான் அஜாக்கிரதையாகச் சிகரெட்டு குடித்துவிட்டுப் போட்டிருப்பான் என்கிறான் பிரதாப்."

"பிரதாப் எங்கே?" என்றாள் ஆர்த்தி, மறுபடி.

"அவனும் அங்கேதான் இருந்தான்," என்றான் குருங். "நான் போகிற சமயத்தில் அவனும் வந்தான். சௌக்கிதார் ஓடிவந்து என் காலைப் பிடித்துக்கொண்டான். அவன் சிகரெட் பற்றவிட்டுப் போட்ட நெருப்புக் குச்சி எதன் மேலோ விழுந்து மளமளவென்று நெருப்புப் பிடித்துக்கொண்டுவிட்டது என்றான்."

ராணா மௌனமாகத் தீவிர சிந்தனையில் இருந்தான். பிறகு மெல்லத் தனக்குத் தானே பேசிக் கொள்கிறவன் மாதிரி சொன்னான்.

"அப்படிச் சட்டென்று பிடித்துக் கொள்ளும்படியாக என்ன இருந்திருக்கும்? இந்தச் சௌக்கிதாரை எவ்வளவு தூரம் நம்புவது என்று புரியவில்லை."

"எனக்கென்னவோ பிரதாப்பின் வேலைதான் இது என்று தோன்றுகிறது," என்றாள் ஆர்த்தி திட்டவட்டமாக.

குருங் சிரித்தான். "உமன்ஸ் இன்டியூஷனா? அவன் எதையும் செய்வான்தான். இருந்தாலும் சரியான ப்ரூஃப் இல்லாமல் எதையும் சொல்ல முடியாது. அந்தச் சௌக்கிதார் தன் மேல்தான் தப்பு என்கிற மாதிரிப் புலம்பிக் கொண்டிருக்கிறான். முப்பது வருஷமாக அவன் ராணாவிடம் வேலை பார்க்கிறான். இதுவரை ஒரு புகார் இல்லை அவன் மேல்."

ராணா பதிலே பேசாமல் உட்கார்ந்திருந்தான். இந்த நெருப்பு அவனை வெகுவாகப் பாதித்துவிட்ட மாதிரி தெரிந்தது.

வாசலில் ஒரு ஜீப் வந்து நிற்கும் சப்தம் கேட்டது. அவர்கள் மூவரும் ஓர் எதிர்பார்ப்புடன் உட்கார்ந்திருந்தார்கள். தொடர்ந்து போலீஸ் இன்ஸ்பெக்டர் உள்ளே நுழைந்தார். அவர் ராணாவைப் பார்த்துச் சிரித்ததிலிருந்து அவருக்கும் ராணாவுக்கும் நெருங்கிய நட்பு இருக்க வேண்டும் என்று ஆர்த்திக்குத் தோன்றிற்று. அவர்கள் நடந்த விஷயங்களையெல்லாம் சற்று நேரம் நேபாளியில் பேசினார்கள். இன்ஸ்பெக்டர் தன் புத்தகத்தில் ஏதோ குறித்துக் கொண்ட பிறகு ஆர்த்தியைப் பார்த்துச் சிரித்துக்கொண்டே கேட்டார். "நர்ஸுக்கு யார் இப்பொழுது நர்ஸ் செய்கிறார்கள்?"

ஆர்த்திக்கு முகம் சிவந்தது. குருங் அவளையே பார்ப்பது தெரிந்தது.

"நேபாளத்துக்கு வந்து அடி வாங்கிக் கொண்டீர்கள் அல்லவா? எங்களுக்கு அது அவமானம். போக்கிரிகளைப் பிடித்துவிடுவோம். கொஞ்சம் ஏதேனும் தடயம் கிடைத்தவுடன், உடம்பை ஜாக்கிரதையாகப் பார்த்துக் கொள்ளுங்கள். வீட்டைவிட்டு வெளியில் அசையவே கூடாது நீங்கள், அவர்கள் பிடிபடும்வரை," என்றார் இன்ஸ்பெக்டர் தொடர்ந்து. பிறகு மெல்லிய குரலில் சொன்னார்: "இங்கு பக்கத்தில் இருக்கும் எல்லைப் பகுதிகளை அலர்ட் செய்திருக்கிறேன். அவர்கள் எங்கேயும் தப்பிக்க முடியாது."

அவர் சிறிதுநேரம் பேசிக்கொண்டிருந்துவிட்டுக் கிளம்பினார். இரவு முழுவதும் தூங்காததன் அசதி எல்லார் கண்களிலும் இருந்தது. ஆர்த்தியும் குருங்கும் ராணாவைப் படுக்கவைத்தார்கள். "நீங்களும் தூங்குங்கள்." என்று ஆர்த்தியிடம் சொல்லிவிட்டுக் குருங் போனான்.

ஆர்த்திக்கும் மிக மிக அசதியாக இருந்தது. அவள் ராணாவின் அருகில் சென்று அவன் தலையை மென்மையாக

வருடினாள். "கவலைப்படாதீர்கள். எல்லாம் நல்லபடியாக முடியும். ஆண்டவனை நம்புங்கள்."

ராணாவின் கண்களில் சட்டென்று நீர் நிரம்பிற்று.

"நீங்கள் பலவீனப்படக்கூடாது. இந்த மட்டும் ஃபாக்டரிக்கு ஒன்றும் ஆகவில்லையே என்று சந்தோஷப்படுங்கள். இன்னும் கொஞ்ச நாளில் நீங்களே எல்லாவற்றையும் பார்த்துக் கொள்ளும்போது எல்லாம் சரியாகிவிடும். சுமைகள் வரும்போது அதைத் தூக்கத்தான் வேண்டும். கலங்கலாமா?" என்றாள் அவள்.

அவன் அவளுடைய கரங்களை எடுத்துத் தன் அதரங்களில் பதித்துக்கொண்டான்.

"ஆர்த்தி! நீ பக்கத்தில் இருப்பதுதான் எனக்குத் தைரியமாக இருக்கிறது. வாஸ்தவத்தில் நான் பலவீனமானவன். நீ என் உடம்புக்கு வைத்தியம் செய்ய மட்டும் வரவில்லை என் நெஞ்சுக்கே செய்ய வந்திருக்கிறாய்."

அவள் லேசாகப் புன்னகை புரிந்தாள். "இப்பொழுது தூங்குங்கள். காலையில் பேசலாம்."

"நீ என்னை விட்டுப் போகமாட்டியே?"

அவன் ரொம்பவும் கலங்கிப் போயிருக்கிறான் என்று அவளுக்குப் புரிந்தது. அவள் அவன் கன்னங்களில் லேசாக அதரங்களைப் பதித்தாள். "மாட்டேன்."

அவள் படுக்கையில் படுத்தபோது லேசில் தூக்கம் வரவில்லை எப்படி எப்படியோ வளர்ந்து கடைசியில் தனக்கு இங்கு பிணைப்பு ஏற்பட்டது அவளுக்கு ஆச்சரியமாக இருந்தது.

அவள் கடைசியில் கண்ணயர்ந்தாள். திடீரென்று ஏதோ லேசாகச் சப்தம் கேட்கிற மாதிரி இருந்தது. அவள் விருட்டென்று எழுந்தாள். இன்னும் விடியவில்லை என்று ஜன்னல் வழியே தெரிந்த இருட்டிலிருந்து புரிந்தது.

தோட்டத்துப் பக்கமாக இருந்த அவளுடைய அறைக் கதவை யாரோ தட்டுகிற மாதிரி இருந்தது. அவளுக்குக் குப்பென்று வியர்த்தது. உடம்பு லேசாக நடுங்கிற்று. தலையை மறுபடி வலிக்க ஆரம்பித்தது. விழிப்பு நன்றாக ஏற்பட்டவுடன் கதவு தட்டப்படுவது லேசாக ஆனால் நன்றாகக் கேட்டது. அவள் தன் பயத்தைக் கட்டுப்படுத்த முயன்று கொண்டு, ''கௌன் ஹை?'' என்றாள்.

''நான்தான் ரூமா. கதவைத் திறங்கள்.''

அவளுக்கு ஆச்சரியமாக இருந்தது. ரூமா வா? இந்த வேளையிலா? எப்படி நம்புவது?

ஆர்த்தி சில வினாடிகள் திகைத்துப் போய் நின்றாள். ரூமா வந்து இந்த வேளையில் கதவைத் தட்டுகிறாள் என்பது விபரீதமாகத் தோன்றிற்று. ரூமாதானா அல்லது அவள்மாதிரி யாராவது பேசுகிறார்களா? ரூமாவை அனுப்பிப் பிரதாப் ஏதேனும் வலையை விரிக்கிறானோ? பிரதாப்பும் அங்கே நிற்கிறானோ என்னவோ? மறுபடி மறுபடி ரூமாவின் அவசரக் குரல் கேட்கையில் அவள் என்ன செய்வதென்று திகைத்தாள். எதையும் அவசரப்பட்டுச் செய்யக் கூடாதென்று உள்ளுணர்வு எச்சரித்தது. அவள் ராணாவின் அறையில் எட்டிப் பார்த்தாள். ராணா அயர்ந்து தூங்கிக் கொண்டிருந்தாள். அவள் ஓசைப்படுத்தாமல் வராண்டாவில் உட்கார்ந்திருந்த கான்ஸ்டபிளைக் கூப்பிட்டாள்.

"என் அறைக்குப் பின்னால் ஒரு பெண்ணின் குரல் கேட்கிறது. போய்ப் பாருங்கள். கதவைத் திறக்கலாமா சொல்லுங்கள்." என்றாள்.

அவன் விரைந்து போனான். ஆர்த்தி மீண்டும் தன் அறைக்குச் சென்றாள். சற்று நேரத்தில் கான்ஸ்டபிளின் குரல் கேட்டது. "கதவைத் திறவுங்கள்!"

அவள் திறந்தாள்.

ரூமா அவசரமாக உள்ளே நுழைந்தாள். தலையை மூடியபடி சால்வையைப் போர்த்தியிருந்தாள். முகத்தில் கலக்கம் தெரிந்தது. வெளிறியிருந்தது.

ஆர்த்திக்கு அவளுடைய நிலையைக் கண்டு கவலையாக இருந்தது. ஆச்சரியமேற்பட்டது. இந்த நேரத்தில் அவளைத் தேடிக்கொண்டு வரும்படி இவள் என்ன சமாச்சாரம் சொல்லப்போகிறாள்?

ஆர்த்தி, ரூமாவின் கைகளைப் பற்றி உட்கார்த்தினாள். ரூமாவின் கைகள் லேசாக நடுங்கின மாதிரித் தெரிந்தது. இவள் எதற்கு இப்படிப் பயப்படுகிறாள் என்று ஆர்த்தி அவளைப் பரிதாபத்துடன் பார்த்தாள்.

ரூமா அவளிடம் தலையை நிமிர்த்தாமலே சொன்னாள். "அந்தப் போலீஸ்காரரை அந்தண்டை போகச் சொல்லுங்கள்."

"கையில் ஏதும் ஆயுதம் இல்லயே?" என்றான் கான்ஸ்டபிள்.

ரூமா தன் கைகளை விரித்துக் காண்பித்தாள். சால்வையை மடித்துக் கீழே வைத்தாள். "நான் அந்த மாதிரி எண்ணத்தோடு வரவில்லை; என்னை நம்புங்கள்."

ஆர்த்தி ஜாடை காட்டியதும் கான்ஸ்டபிள் அறைக்கு வெளியே போய் நின்றான்.

ஆர்த்தி ரூமாவைப் பார்த்து மென்மையாகச் சிரித்தாள். "இப்பொழுது சொல்லுங்கள். என்ன விஷயம்?"

ரூமா தயங்கியபடியே சொன்னாள். "அந்த... அந்தப் பிரதாப்தான் எல்லாவற்றிற்கும் காரணம். நீங்கள் அடிபட்டதற்கு, ஃபாக்டரியில் தீ விபத்துக்கு எல்லாம் அவன்தான் காரணம்..."

பிரதாபுடன் நேற்று வரை கொஞ்சிக் கொண்டிருந்த ரூமாவின் இப்பொழுதைய குற்றச்சாட்டு ஆர்த்திக்கு நம்ப முடியாததாக இருந்தது. இவளுடைய காதலுக்கெல்லாம் இவ்வளவுதான் ஆழமா?

"உங்களுக்கு எப்படித் தெரியும்?"

ரூமாவின் முகத்தில் ஒரு கோபம் தெரிந்தது. "இன்று மாலை வரை நான் அந்தச் சண்டாளன்கூட இருந்தேன். அவனுடைய ஒவ்வொரு அசைவும் எனக்குத் தெரியும், அவன்தான் ஃபாக்டரிக்கு நெருப்பு வைத்துவிட்டு, சௌக்கிதாரிடம் மிரட்டி, பணம் கொடுக்கிறேன் என்று ஆசைகாட்டி, அந்த மாதிரிப் பேச வைத்திருக்கிறான். உங்களை அடித்ததும் அவனுடைய ஆள்தான். எனக்குத் தெரியும்."

இன்னமும் இவள் இந்த நேரத்தில் அவளைத் தேடி வந்த காரணம் ஆர்த்திக்குப் புரியவில்லை.

"முக்கியமான விஷயம்," என்று நிறுத்தினாள் ரூமா. "அந்தப் பிரதாப் தப்பித்துக் கொண்டு போகக்கூடாது. விடிந்ததும் ரோடு வழியாகக் காட்மாண்டுவுக்குக் கிளம்புகிறான். சரக்குகள் கிஷண் நகர் வழியாக இந்தியாவுக்குப் போகப் போகிறது. அவன் அதோடுகூடப் போனால் நிச்சயம் பிடிபடுவான் என்று அவனுக்குத் தெரியும். தன் ஆட்களை ட்ரக்கில் அனுப்புகிறான். இவன் காட்மாண்டுவிலிருந்து டில்லி போய் அவர்களுடன் சேர்ந்து கொள்வான். ட்ரக் ஒருமணி நேரத்தில் கிளம்பிவிடும். அதற்குள் போலீசுக்குத் தகவல் சொல்ல வேண்டும்."

ஆர்த்தி, ரூமாவை நம்ப முடியாமல் பார்த்தாள். இவ்வளவு விஷயங்களைத் தெரிந்து வைத்திருக்கும் ரூமாவைப் பிரதாப் எவ்வளவு தூரம் நம்புவான் என்று யோசித்தாள். இதையெல்லாம் அவள் வெளியில் சொல்லிவிடக்கூடும் என்று அவனுக்குச் சந்தேகம் இருக்காதா? "உங்கள் மேல் பிரதாப்புக்குச் சந்தேகம் இருக்காதா?"

"இருக்காது! அவன் என்னையும் டில்லிக்கு அழைத்துப் போவதாகச் சொல்லியிருக்கிறான். நான் நம்பினேன். ஆனால் எதேச்சையாக அவன் தன் கூட்டாளியோடு பேசுவதைக் கேட்டேன். டில்லிக்குப் போனவுடன் என்னை அங்கே

ஹோட்டலில் விட்டுவிட்டு இவன் கம்பி நீட்டுவதாகப் பேசியதைக் கேட்டேன். அதைக் கேட்டதிலிருந்துதான் என் ரத்தம் கொதிக்கிறது."

அவளுடைய கோபம் ஆர்த்திக்குப் புரிந்தது. ஏமாற்றத்தின் கோபம். அடிப்பட்ட வேங்கையின் கோபம். இது லேசில் ஆறாது என்று தோன்றிற்று.

ஆர்த்தி எழுந்தாள். ராணா இன்னும் தூங்கிக்கொண்டிருந்தான். அவனை எழுப்ப வேண்டுமா என்று ஒரு வினாடி யோசித்தாள். பிறகு தானே ஒரு தாளில் ரூமா சொன்ன விவரங்களை எழுதிக் கையொப்பமிட்டு வெளியில் நின்றிருந்த போலீஸ்காரனிடம் கொடுத்து உடனே ஜீப்பில் சென்று இன்ஸ்பெக்டரிடம் கொடுக்கும்படி சொன்னாள்.

அவள் தன் அறைக்குத் திரும்பி வந்தபோது ரூமா கிளம்புவதற்குத் தயாராக நின்றிருந்தாள். சால்வையை எடுத்துப் போர்த்தியிருந்தாள். முகத்தில் ஒரு மிதமிஞ்சிய சோகம் இருந்த மாதிரித் தெரிந்தது.

ஆர்த்தியைப் பார்த்து லேசாகச் சிரித்தாள். "நான் போகிறேன், தாங்க்ஸ்." பிறகு ஒரு வினாடி தயங்கிக்கொண்டே ஆர்த்தியைப் பார்த்தாள், "நான்கு மாத கர்ப்பத்தை அபார்ஷன் செய்துகொள்ளலாமா?"

"கூடாது. டூ லேட், ஆபத்தில் முடியும்," என்றாள் ஆர்த்தி.

அவளை ஒரு நீண்ட வினாடி சோகமாக ஒரு பார்வை பார்த்துவிட்டு ரூமா சென்றாள்.

ஆர்த்தி படுத்துக்கொண்டாள். ரூமாவின் கண்களும் அதில் தெரிந்த சோகமும் அவள் மனத்தை வாட்டியெடுத்தது. அன்று நடந்த எல்லாச் சம்பவங்களையும்விட ரூமாவின் வருகைதான் அவளை அதிகம் பாதித்ததாகத் தோன்றிற்று. அவள் தூங்காமலேயே இரவைப் பலவிதமான கற்பனைகளில், பயங்களில் கழித்தாள்...

பொழுது விடிந்து சற்று நேரத்துக்கெல்லாம் கான்ஸ்டபிள் அவசரமாக உள்ளே வந்தான்.

அவன் வாயைத் திறப்பதற்கு முன்பே ஆர்த்தி ஏதோ விபரீதம் என்று உணர்ந்தாள். நேற்று அவளுக்கு உதவிய கான்ஸ்டபிள் வெளிறிய முகத்துடன் சொன்னான்.

"அந்தப் பெண், நேற்று வந்த அந்தப் பெண் தூக்குப் போட்டுக் கொண்டு விட்டதாம்!"

அவள் அதிர்ந்து போனாள். அவளா? ரூமாவா? தளதளவென்று மதர்ப்புடன் வளர்ந்ததெல்லாம் இந்த முடிவுக்குத்தானா? அந்தக் கண்ணின் சோகம், அந்தப் புன்னகை அதெல்லாம் இந்தக் காரியத்தை உணர்த்துவதற்குத்தானா? 'அந்தப் பெண் ரொம்ப மோசம்,' என்று ராணாவால் வர்ணிக்கப்பட்டவளின் மனத்தில் இத்தனை மெல்லிய இதயமா? அந்த மதர்ப்புக்குப் பின் எத்தனை பலவீனம் இருந்திருக்க வேண்டும் என்று அவள் நினைத்துக் கொண்டாள். அவர்கள் பேச்சின் சத்தத்தில் ராணா விழித்துக் கொண்டான்.

விழித்த உடனேயே, "என்ன சமாச்சாரம்?" என்றான்.

திடீரென்று ஆர்த்தியை ஒரு பலவீனம் அழுத்திற்று. மிகவும் ஆயாசமாக இருந்தது. அவள் ராணாவின் அருகில் சென்று அமர்ந்தாள். இரவு நடந்ததையும் காலையில் தெரிந்த விஷயத்தையும் சொன்னாள். ராணாவின் அதிர்ச்சி நீங்குமுன் இன்ஸ்பெக்டர் உள்ளே நுழைந்தார்.

அவரும் இரவு தூங்காமல் இருந்திருப்பார் என்று தோன்றிற்று. முகம் களைப்பாக இருந்தது.

ஆயாசத்தோடு ஒரு நாற்காலியில் உட்கார்ந்தார்.

"இந்தச் சோப்ராவின் பெண் இப்படி செய்வாள் என்று நான் எதிர்பார்க்கவேயில்லை. காதலில் ஏமாந்தால் இப்படியா செய்துகொள்ளும்? பார்க்கக் குதிரை மாதிரி யாருக்கும்

அடங்காத குதிரை மாதிரி இருந்தாள். நம்பவே முடியவில்லை.'' என்றார்.

ரூமா கர்ப்பமாக இருந்தாள் என்று இவருக்குத் தெரிந்திராது என்று ஆர்த்தி நினைத்துக் கொண்டாள்.

''அந்த மிஸஸ் சோப்ரா அலறுவதைப் பார்த்தால் சகிக்க முடியவில்லை.''

மிஸஸ் சோப்ராவுக்குப் பெண்ணைப் பற்றி எவ்வளவு பெருமை என்று உணர்ந்திருந்த ஆர்த்தி பேசாமல் இருந்தாள்.

''எனிவே,'' என்றார் இன்ஸ்பெக்டர். ''அந்தப் பெண்ணின் உதவியோடு பிரதாப்பையும் அவனுடைய கூட்டாளிகளையும் பிடித்துவிட்டோம். அந்தச் செளக்கிதாரும் உண்மையைக் கக்கிவிட்டான். ஒன்று தெரியுமா ராணா? அஷிஷை பெப்பர்மின்ட் பாக்கெட் மாதிரியே பாக் செய்திருந்தார்கள். எனக்கு என்ன ஆச்சரியம் என்றால் இத்தனை பெரிய போக்கிரியை நம்பி உங்கள் ஃபாக்டரியை விட்டிருந்தீர்களே, அவன் அதில் ஏதும் தில்லுமுல்லு செய்யவில்லையா?''

ராணா ஆகாயத்துக்குக் கையைத் தூக்கினான். ''ஆண்டவனுக்குத்தான் தெரியும். அதுதான் எல்லாக் கணக்குப் புத்தகங்களையும் அழித்துவிட்டானே? என்னவாக இருந்தாலும் பழசெல்லாவற்றையும் மறந்து நான் புதிதாக ஆரம்பிக்க வேண்டும். அவ்வளவுதான். வேறு வழியில்லை. காட் அலோன் ஷுட் ஹெல்ப் மீ.''

''டோன்ட் ஒர்ரி,'' என்று எழுந்தார் இன்ஸ்பெக்டர். ''நீங்கள் சீக்கிரம் நடக்க ஆரம்பித்து விடுவீர்கள். எல்லாம் சரியாகிவிடும்.''

''இன்ஸ்பெக்டர், நான் சொன்னது ஞாபகமிருக்கட்டும்.'' என்றான் ராணா.

''கவலைப்படாதீர்கள். எனக்குத் தெரியாதா?'' என்றபடி அவர் கிளம்பினார்.

அவர் போனதும் ஆர்த்தி ஒரு கேள்விக் குறியுடன் அவனைப் பார்த்தாள்.

அவன் தலையைக் குனிந்தபடி சொன்னான். "என் அம்மாவின் பெயர் இந்த விவகாரங்களில் அடிபடாமல் பார்த்துக்கொள்ளச் சொன்னேன்..."

ராணியின் நினைவு வந்ததும் சட்டென்று ஒரு மவுனம் பரவின மாதிரி இருந்தது அங்கு. ராணி இங்கு இருத்திருந்தால் எத்தனை இக்கட்டில் மாட்டிக்கொண்டிருப்பாளோ என்று நினைக்கையில் ஆர்த்திக்கு வயிற்றைக் கலக்கியது. கூடவே மனத்தில் ஒரு நிம்மதியும் ஏற்பட்டது.

அவள் தன்னையறியாமல் ராணாவினுடைய கைகளைத் தன் கையில் வைத்துக்கொண்டாள்.

ராணாவின் கண்களில் பழைய குறும்பும் சிவந்த உதடுகளில் புன்னகையும் நெளிந்தது. "இது போதாது." என்றான்.

"எது?" என்றாள் அவள் திடுக்கிட்டு.

அவன், "கிட்ட வா," என்றான்.

அவள் வந்தாள்.

அவன் முரட்டுத்தனமாக அவளைப் பற்றி, கிடைத்த இடங்களிலெல்லாம் அதரங்களைப் பதித்தான். அவள் திக்குமுக்காடிப் போனாள்.

அவன் ஒரு நிதானத்துக்கு வந்ததும், "ஆர்த்தி!" என்றான்.

"உம்...?"

"எனக்கு ஒரு பயங்கர நாடகம் முடிந்த மாதிரி இருக்கிறது."

"ஆமாம், எனக்கும்தான்."

"இனிமேல் நல்லது ஆரம்பிக்குமா?"

"கண்டிப்பாக!"

"நீ எனக்குத் துணையிருப்பாயா?"

"அதைப் பற்றிச் சந்தேகமா?"

"என்னை அன்னியன் என்று நினைக்கமாட்டாயே?"

"மாட்டேன்."

"இந்த மாதிரி ஆயுள் முழுவதும் என்னைச் சக்கர நாற்காலியில் வைத்துத் தள்ளுவாயா?"

"மாட்டேன்! ஏனென்றால் நீங்கள் நடக்க ஆரம்பித்துவிடுவீர்கள்!"

"நடக்காவிட்டால்?"

"உங்களுக்காக நான் நடப்பேன்."

"சினிமாவா?"

"இல்ல. சத்தியம்."

அவன் அவளை மறுபடியும் முரட்டுத்தனமாகப் பற்றியிழுத்து முத்தமிட்டான்.

ஆர்த்திக்கு முகம் சிவந்தது.

—— முற்றும் ——